ANG GRIYEGO YOGHURT ODYSSEE

Isang paglalakbay sa griyego yoghurt. Mula sa Almusal hanggang Panghimagas, Pagpapalabas ng Creamy at Masustansiyang Salamangka

Juan Manuel Gallego

Copyright Material ©2023

Lahat ng Karapatan ay Nakalaan

Walang bahagi ng aklat na ito ang maaaring gamitin o ipadala sa anumang anyo o sa anumang paraan nang walang wastong nakasulat na pahintulot ng publisher at may-ari ng copyright, maliban sa mga maikling sipi na ginamit sa isang pagsusuri. Ang aklat na ito ay hindi dapat ituring na kapalit ng medikal, legal, o iba pang propesyonal na payo.

TALAAN NG MGA NILALAMAN

TALAAN NG MGA NILALAMAN 3
PANIMULA 6
MGA PARFAIT NG BREAKFAST 8
1. Greek Yogurt Berry Bliss Parfait 9
2. Mocha Breakfast Parfait 11
3. Limoncello Greek Yogurt Parfait 13
4. Honeycomb Greek Yogurt Parfait 15
5. Prosecco Greek Yogurt Parfait 17
6. Honeycomb Cereal Parfait 19
7. Greek Yogurt Biscoff Parfait 21
8. Honeycomb Candy Overnight Oats 23
9. Cornflake Greek Yogurt Parfait 25
10. Ferrero Rocher Breakfast Parfait 27
11. Hibiscus-infused Yogurt Parfait 29
12. Mason jar chia Parfait 31
13. Grapefruit Yogurt Parfait 33
14. Kahlua Breakfast Parfait 35
15. Lobster at Mango Parfait 37
16. **Mint at Peach Breakfast Parfait** 39
17. Passion Fruit Yogurt Parfait 41
18. Piña Colada Breakfast Parfait 43
19. Black Forest Bircher 45
20. Inihaw na Peach at Yogurt Parfait 47
21. Pavlova Parfait 49
22. PB&J Yogurt Parfait 51
23. Pear Pistachio Parfait Jars 53
24. **Butterfly Pea at Chia Seed Parfait** 55
MGA PANCAKE 57
25. Birthday surprise pancakes 58
26. Greek Yogurt Quinoa pancake 60
27. Greek yogurt oatmeal pancake 62
28. Vanilla almond pancakes 64
29. Mga pancake ng mani, saging at tsokolate 66
30. Banana bread pancakes 68
31. Strawberry cheesecake pancake 70
32. Mexican chocolate pancake 72
33. Blueberry mango pancake 74
34. Piña colada pancakes 76
35. Banana blueberry pancake 78

36. Strawberry banana pancake 80
37. Gingerbread pancake 82

SMOOTHIES AT SMOOTHIE BOWLS 85

38. Greek Yogurt Biscoff Smoothie Bowl 86
39. Blueberry Smoothie ni Jack Daniel 88
40. Ang Chocolate Smoothie ni Jack Daniel 90
41. Honeycomb Candy Yogurt Bowl 92
42. Cornflake-Berry Smoothie Bowl 94
43. Hibiscus Smoothie Bowl 96
44. Ang Peach Smoothie ni Jack Daniel 98
45. Strawberry Smoothie 100
46. Kahlua Smoothie 102
47. Mint at Strawberry Smoothie 104
48. Creamy American Cheese Smoothie 106
49. Almond Joy Smoothie 108
50. Black forest smoothie 110
51. Dragon Fruit at Granola Yogurt Bowl 112
52. Berry Dragon Fruit Smoothie 114
53. Classical Nutella Smoothie 116
54. Raspberry Nutella Smoothies 118
55. Açaí Bowl na may Peach at Microgreens 120
56. Pavlova Quinoa Bowl 122
57. Mangkok ng Ube at Saging 124

MERYenda at pampagana 126

58. Greek Yogurt Covered Pretzels 127
59. Herb fritters na may yogurt apricot dip 129
60. Lemon Donuts na may Pistachios 131
61. Mga Tiramisu Protein Bar 134
62. Tiramisu Muffins 137
63. Spinach At Feta Donuts 139
64. Glazed Fluffy Chocolate Donuts 141
65. Air Fryer Pop-Tarts 144

DIPS 147

66. Limoncello Greek Yogurt Dip 148
67. Lunchbox Strawberry Yogurt Dip 150
68. Ranch dip 152
69. Bawang at bacon dip 154
70. Confetti Cake Batter Dip 156
71. Hibiscus Yogurt Dip 158
72. Grapefruit at Yogurt Dip 160

73. Mint Yogurt Sauce 162
PANGUNAHING PAGKAIN 164
74. Hibiscus Black Bean Soup 165
75. Lamb Meatloaf With Yogurt Sauce 167
76. Salmon at egg wrap 170
77. Lemony Rice na may Pan-Fried Salmon 172
78. Minty salmon salad 174
79. Layered fruit at prawn salad 176
80. Malusog na Dragon Fruit Waldorf Salad 178
81. Dragon Fruit at Crab Salad 180
82. Sariwang Prutas Tacos 182
83. Mga maanghang na tuna 184
DESSERT 186
84. Snickers Frozen Yogurt 187
85. Limoncello Blueberry Frozen Yogurt 189
86. Greek Yogurt Marshmallow Mousse 191
87. Birthday Breakfast Sundaes 193
88. Mango at yogurt tanga 195
89. Matcha, Yuzu, at Mango Popsicles 197
90. No-Bake Passionfruit Cheesecake 199
91. Alaska seafood tarts 202
92. Amaretti biskwit Ice Cream 204
93. Greek Affogato 206
94. Golden Fig Ice na may Rum 208
95. Orange Liqueur at Rosewater Ice Cream 210
96. Greek Yogurt Panna Cotta na may Date Purée 212
97. Açaí Popsicles 215
98. Malutong na yogurt candy pops 217
99. Raspberry Yogurt Popsicles 219
100. Pumpkin Pie Cheesecake Bowls 221
KONGKLUSYON 224

PANIMULA

Maligayang pagdating sa kaakit-akit na mundo ng Greek yogurt! Sa cookbook na ito, inaanyayahan ka naming magsimula sa isang culinary adventure na nagdiriwang sa versatility at nakapagpapalusog na kabutihan nitong minamahal na dairy delight. Mula sa mga mangkok ng almusal hanggang sa masasarap na pagkain, at mula sa masasarap na dessert hanggang sa mga nakakapreskong inumin, ang Greek yogurt ay isang versatile na sangkap na nagdaragdag ng creamy at masustansyang hawakan sa anumang ulam.

Ang Greek yogurt, na may mayaman at makinis na texture, ay naging pangunahing pagkain sa mga kusina sa buong mundo. Kilala sa mabangong lasa at mga benepisyong probiotic, ang Greek yogurt ay nag-aalok ng napakaraming pagkakataon upang lumikha ng parehong masustansya at mapagbigay na culinary masterpieces. Sa cookbook na ito, inaanyayahan ka naming samahan kami sa isang paglalakbay kung saan ang Greek yogurt ay nangunguna sa entablado, na nagbibigay-inspirasyon sa iyo na yakapin ang creamy potensyal nito sa bawat pagkain sa araw. Sa loob ng mga pahinang ito, matutuklasan mo ang isang kayamanan ng mga masasarap na recipe na nagpapakita ng versatility ng Greek yogurt. Mula sa mga smoothies at parfait na puno ng protina hanggang sa mga zesty na dressing at dips, at mula sa mga nakakaaliw na sopas at marinade hanggang sa mga dekadenteng dessert at frozen treat, nag-curate kami ng isang koleksyon na makakatugon sa lahat ng taste buds at dietary preferences. Kung ikaw ay isang taong may kamalayan sa kalusugan,

Ngunit ang cookbook na ito ay higit pa sa isang compilation ng mga recipe. Sinisiyasat din namin ang mundo ng Greek yogurt, ibinabahagi ang kasaysayan nito, mga benepisyo sa kalusugan, at mga tip sa pagpili at paggamit ng kasiya-siyang sangkap na ito. Gagabayan ka namin sa iba't ibang uri ng Greek yogurt at tuturuan ka kung paano gumawa ng sarili mo sa bahay, na magbibigay-daan sa iyong tunay na i-customize ang iyong karanasan sa yogurt. Sa aming mga kapaki-pakinabang na tip at pagpapalit, magagawa mong iakma ang mga recipe upang umangkop sa iyong mga pangangailangan at kagustuhan sa pandiyeta.

Kaya, kung gusto mong simulan ang iyong araw sa isang puno ng protina na almusal, lumikha ng isang masustansyang tanghalian o hapunan, o magpakasawa sa isang walang kasalanan na dessert,. Maghanda upang simulan ang isang masarap na pakikipagsapalaran at tuklasin ang hindi mabilang na mga paraan kung saan maaaring mapataas ng Greek yogurt ang iyong mga culinary creation.

MGA PARFAIT NG BREAKFAST

1. Greek Yogurt Berry Bliss Parfait

MGA INGREDIENTS:
- 1 tasa ng halo-halong berry
- 1 tasa ng Greek yogurt
- ½ tasa ng granola
- 2 kutsarang pulot

MGA TAGUBILIN:

a) Sa isang baso o garapon, ilagay ang kalahati ng mga pinaghalong berry sa ibaba.
b) Kutsara ang kalahati ng Greek yogurt sa ibabaw ng mga berry.
c) Iwiwisik ang kalahati ng granola sa yogurt.
d) Magpahid ng isang kutsarang pulot.
e) Ulitin ang mga layer kasama ang natitirang mga berry, yogurt, granola, at honey.
f) Ihain kaagad o ilagay sa refrigerator para sa kasiyahan mamaya.

2.Mocha Breakfast Parfait

MGA INGREDIENTS:
- 1 tasa ng Greek yogurt
- 1 kutsarang cocoa powder
- 1 kutsarang instant coffee granules
- 1 kutsarang pulot o pampatamis na pinili
- Granola at sariwang berry para sa layering

MGA TAGUBILIN:

a) Sa isang mangkok, pagsamahin ang Greek yogurt, cocoa powder, instant coffee granules, at honey.

b) Haluing mabuti hanggang sa maging makinis ang timpla at ang mga sangkap ay ganap na maisama.

c) Sa isang glass jar, i-layer ang mocha yogurt mixture na may granola at sariwang berries.

d) Ulitin ang mga layer hanggang sa mapuno mo ang baso o garapon.

e) Itaas na may karagdagang dollop ng mocha yogurt at palamutihan ng mga berry.

f) Ihain kaagad ang mocha breakfast parfait o palamigin hanggang handa nang tangkilikin.

3.Limoncello Greek Yogurt Parfait

MGA INGREDIENTS:
- 1 tasa ng Greek yogurt
- 1 kutsarang pulot
- 1 kutsarang Limoncello liqueur
- ½ tasa ng granola
- Mga sariwang berry para sa topping

MGA TAGUBILIN:

a) Sa isang maliit na mangkok, paghaluin ang Greek yogurt, honey, at Limoncello hanggang sa maayos na pinagsama.

b) Sa paghahatid ng mga baso o mangkok, ilagay ang pinaghalong yogurt na may granola at sariwang berry.

c) Ulitin ang mga layer hanggang sa maabot mo ang tuktok.

d) Tapusin sa isang pagwiwisik ng granola at ilang mga berry sa itaas.

e) Ihain kaagad bilang isang nakakapreskong at magaang almusal o opsyon sa brunch.

4.Honeycomb Greek Yogurt Parfait

MGA INGREDIENTS:
- 1 tasa ng Greek yogurt
- 2 kutsarang pulot
- ¼ tasa ng dinurog na pulot-pukyutan na kendi
- ¼ tasa ng granola
- Mga sariwang berry para sa topping (opsyonal)

MGA TAGUBILIN:

a) Sa isang mangkok, paghaluin ang Greek yogurt at honey hanggang sa maayos na pinagsama.

b) Ilagay ang honey yogurt, durog na honeycomb candy, at granola sa isang baso o garapon.

c) Ulitin ang mga layer hanggang magamit ang lahat ng sangkap.

d) Itaas ang mga sariwang berry kung ninanais.

e) Ihain kaagad ang honeycomb yogurt parfait o palamigin hanggang handa nang tamasahin.

5.Prosecco Greek Yogurt Parfait

MGA INGREDIENTS:
- 1 tasa ng Greek yogurt
- 2 kutsarang pulot
- ½ kutsarita vanilla extract
- 1 tasang granola
- 1 tasa ng halo-halong sariwang berry
- ¼ tasa ng Prosecco

MGA TAGUBILIN:

a) Sa isang maliit na mangkok, haluin ang Greek yogurt, honey, at vanilla extract hanggang makinis.

b) Sa paghahatid ng mga baso o mangkok, i-layer ang pinaghalong Greek yogurt, granola, sariwang berry, at isang ambon ng Prosecco.

c) Ulitin ang mga layer hanggang sa magamit ang mga sangkap, tinatapos ang isang maliit na piraso ng Greek yogurt at isang sprinkle ng granola sa itaas.

d) Ihain kaagad bilang isang masarap na Prosecco-infused yogurt parfait.

6. Honeycomb Cereal Parfait

MGA INGREDIENTS:
- 1 tasa honeycomb cereal
- 1 tasa ng Greek yogurt
- 1 tasa ng halo-halong sariwang berry
- Honey para sa pag-ambon

MGA TAGUBILIN:

a) Sa isang baso o garapon, i-layer ang honeycomb cereal, Greek yogurt, at halo-halong sariwang berry.

b) Ibuhos ang pulot sa bawat layer.

c) Ulitin ang mga layer hanggang sa magamit ang mga sangkap.

d) Itaas na may dagdag na ambon ng pulot at ilang piraso ng butil ng pulot-pukyutan.

e) Ihain at tikman ang malutong at matamis na pulot-pukyutan na cereal parfait.

7. Greek Yogurt Biscoff Parfait

MGA INGREDIENTS:
- 1 tasa ng Greek yogurt
- 2 kutsarang Biscoff spread
- 1 kutsarang pulot o maple syrup
- ½ tasa ng granola
- Mga sariwang berry (strawberries, blueberries, raspberries)
- Biscoff cookie crumbs (para sa dekorasyon)

MGA TAGUBILIN:

a) Sa isang mangkok, paghaluin ang Greek yogurt, Biscoff spread, at honey o maple syrup hanggang sa mahusay na pinagsama.

b) Sa paghahatid ng mga baso o garapon, i-layer ang pinaghalong yogurt ng Biscoff, granola, at mga sariwang berry.

c) Ulitin ang mga layer hanggang sa mapuno ang mga baso/garapon.

d) Ibabaw na may sprinkle ng Biscoff cookie crumbs para sa dagdag na langutngot at lasa.

e) Ihain ang Biscoff breakfast parfait na pinalamig at tamasahin ang creamy, fruity, at crunchy na kumbinasyon.

8. Honeycomb Candy Overnight Oats

MGA INGREDIENTS:
- ½ tasang rolled oats
- ½ tasa ng gatas (pagawaan ng gatas o plant-based)
- ½ tasa ng Greek yogurt
- 1 kutsarang pulot
- ¼ tasa ng pulot-pukyutan na kendi, dinurog
- Sariwang prutas para sa topping

MGA TAGUBILIN:

a) Sa isang garapon o lalagyan, pagsamahin ang mga rolled oats, gatas, Greek yogurt, at honey.

b) Haluing mabuti para pagsamahin.

c) Iwiwisik ang dinurog na pulot-pukyutan na kendi sa pinaghalong pinaghalong.

d) Takpan ang garapon o lalagyan at palamigin magdamag.

e) Sa umaga, ihalo nang mabuti ang mga oats.

f) Ibabaw na may sariwang prutas at karagdagang durog na honeycomb candy.

g) Tangkilikin ang madali at masarap na honeycomb candy overnight oats.

9.Cornflake Greek Yogurt Parfait

MGA INGREDIENTS:
- 1 tasa ng Greek yogurt
- 1 tasang sariwang berry (tulad ng mga strawberry, blueberries, o raspberry)
- ½ tasang dinurog na cornflake
- Honey o maple syrup, para sa pag-ambon

MGA TAGUBILIN:
a) Sa isang baso o mangkok, i-layer ang Greek yogurt, sariwang berry, at durog na cornflake.
b) Ulitin ang mga layer hanggang magamit ang lahat ng sangkap.
c) Magpahid ng pulot o maple syrup.
d) Ihain kaagad at magsaya!

10. Ferrero Rocher Breakfast Parfait

MGA INGREDIENTS:
- 1 tasa ng Greek yogurt
- ½ tasa ng granola
- 4 na tsokolate ng Ferrero Rocher, tinadtad
- Tinadtad na mga hazelnut, para sa dekorasyon

MGA TAGUBILIN:

a) Sa isang baso o garapon, i-layer ang Greek yogurt, granola, at tinadtad na mga tsokolate ng Ferrero Rocher.

b) Ulitin ang mga layer hanggang sa maabot mo ang tuktok ng salamin.

c) Tapusin ang isang maliit na piraso ng Greek yogurt at isang sprinkle ng tinadtad na mga hazelnut.

d) Ihain kaagad ang parfait o palamigin hanggang handa nang tamasahin.

11. Yogurt Parfait na pinahiran ng Hibiscus

MGA INGREDIENTS:
- 1 tasa ng Greek yogurt o yogurt na nakabatay sa halaman
- 2 kutsarang hibiscus syrup o hibiscus tea concentrate
- Mga sariwang berry (tulad ng mga strawberry, blueberry, o raspberry)
- Granola o nuts para sa topping

MGA TAGUBILIN:

a) Sa isang mangkok, paghaluin ang Greek yogurt at hibiscus syrup o tea concentrate hanggang sa maayos na pinagsama.

b) Ilagay ang hibiscus-infused yogurt, sariwang berries, at granola o nuts sa isang glass jar.

c) Ulitin ang mga layer hanggang magamit ang lahat ng sangkap.

d) Itaas ang parfait na may mga karagdagang sariwang berry at isang sprinkle ng granola o nuts.

e) Ihain kaagad ang hibiscus-infused yogurt parfait at tangkilikin ang masarap at masustansyang almusal.

12. Mason jar chia Parfait

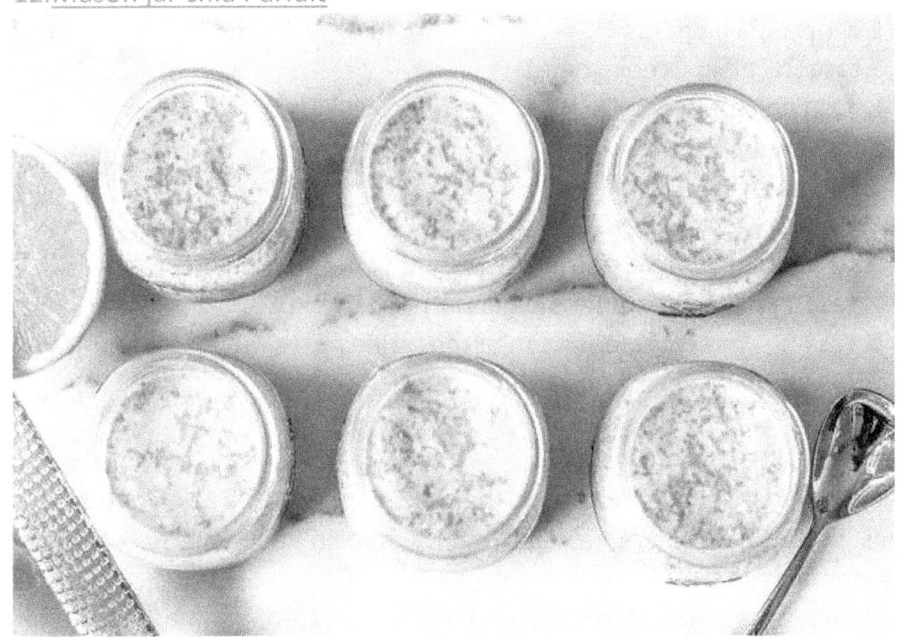

MGA INGREDIENTS:
- 1 ¼ tasa 2% ng gatas
- 1 tasa 2% plain Greek yogurt
- ½ tasa ng chia seeds
- 2 kutsarang pulot
- 2 kutsarang asukal
- 1 kutsarang orange zest
- 2 kutsarita ng vanilla extract
- ¾ tasang naka-segment na dalandan
- ¾ tasa na naka-segment na mga tangerines
- ½ tasang naka-segment na suha

MGA TAGUBILIN:

a) Sa isang malaking mangkok, haluin ang gatas, Greek yogurt, chia seeds, honey, asukal, orange zest, banilya, at asin hanggang sa maayos na pinagsama.

b) Hatiin ang pinaghalong pantay sa apat (16-onsa) na mason jar. Palamigin nang magdamag, o hanggang 5 araw.

c) Ihain ang malamig, nilagyan ng oranges, tangerines, at grapefruit.

13. Grapefruit Yogurt Parfait

MGA INGREDIENTS:
- 1 grapefruit, naka-segment
- 1 tasa plain Greek yogurt
- 2 kutsarang pulot
- ¼ tasa ng granola

MGA TAGUBILIN:
a) Sa isang maliit na mangkok, ihalo ang yogurt at pulot.
b) Sa isang baso o mangkok, ilagay ang mga segment ng grapefruit, pinaghalong yogurt, at granola.
c) Ulitin ang mga layer hanggang sa maubos ang lahat ng sangkap.
d) Ihain kaagad.

14. Kahlua Breakfast Parfait

MGA INGREDIENTS:
- 1 tasa ng Greek yogurt
- 2 kutsarang pulot
- 2 kutsarang Kahlua
- ½ tasa ng granola
- Mga sariwang berry (hal., strawberry, blueberries, raspberry)
- Tinadtad na mani (opsyonal)

MGA TAGUBILIN:
a) Sa isang maliit na mangkok, haluin ang Greek yogurt, honey, at Kahlua.
b) Sa isang baso o mangkok, i-layer ang Kahlua yogurt, granola, at sariwang berry, at ulitin.
c) Itaas na may sprinkle ng tinadtad na mani, kung ninanais.
d) Tangkilikin ang Kahlua breakfast parfait bilang isang masustansya at masarap na pagkain sa umaga.

15. Lobster at Mango Parfait

MGA INGREDIENTS:
- 2 lobster tails, niluto at diced
- 2 hinog na mangga, binalatan at hiniwa
- 1 tasa ng Greek yogurt
- 1 kutsarang pulot
- ¼ tasa ng dinurog na graham crackers
- Mga sariwang dahon ng mint para sa dekorasyon

MGA TAGUBILIN:
a) Sa isang maliit na mangkok, paghaluin ang Greek yogurt at honey hanggang sa maayos na pinagsama.
b) Sa paghahatid ng mga baso o mangkok, i-layer ang diced mangoes, diced lobster meat, at honey yogurt mixture.
c) Ulitin ang mga layer hanggang sa mapuno ang mga baso.
d) Budburan ng dinurog na graham crackers sa ibabaw ng bawat parfait.
e) Palamutihan ng sariwang dahon ng mint.
f) Palamigin nang hindi bababa sa 1 oras bago ihain upang hayaang maghalo ang mga lasa.
g) Ihain nang malamig at tamasahin ang nakakapreskong kumbinasyon ng lobster at mangga sa masarap na parfait na ito.

16. Mint at Peach Breakfast Parfait

MGA INGREDIENTS:
- ½ tasang rolled oats
- ½ tasa ng unsweetened vanilla almond milk
- ½ tasa plain Greek yogurt
- 1 peach, hiniwa
- 1 kutsarang pulot
- 1 kutsarang tinadtad na sariwang dahon ng mint
- 1 kutsarang tinadtad na mani (tulad ng mga almendras o pecans)

MGA TAGUBILIN:
a) Sa isang mangkok, pagsamahin ang mga rolled oats at almond milk.
b) Haluin. Takpan ang mangkok at palamigin magdamag.
c) Sa umaga, ilagay ang pinaghalong oat, Greek yogurt, diced peach, honey, dahon ng mint, at tinadtad na mani sa isang parfait na baso o garapon.
d) Ulitin ang pagpapatong hanggang sa maubos ang lahat ng sangkap.
e) Ihain kaagad o takpan at palamigin para mamaya.
f) Enjoy!

17. Passion Fruit Yogurt Parfait

MGA INGREDIENTS:
- 2 tasang plain Greek yogurt
- ½ tasa ng passion fruit pulp
- ¼ tasang pulot
- 1 tasang granola

MGA TAGUBILIN:

a) Sa isang mixing bowl, pagsamahin ang Greek yogurt, passion fruit pulp, at honey.
b) Ilagay ang pinaghalong yogurt at granola sa isang baso o garapon.
c) Itaas na may karagdagang passion fruit pulp at granola.
d) Ihain kaagad.

18.Piña Colada Breakfast Parfait

MGA INGREDIENTS:
- 1/2 tasa ng Greek yogurt
- 1/2 tasa diced na pinya
- 1/4 tasa hinimay na niyog
- 2 kutsarang pulot
- 2 kutsarang pineapple juice
- Granola para sa topping

MGA TAGUBILIN:

a) Sa isang mangkok, paghaluin ang Greek yogurt, diced pineapple, shredded coconut, honey, at pineapple juice.

b) Kutsara ang pinaghalong sa isang serving glass, alternating na may mga layer ng granola.

c) Ibabaw na may karagdagang diced na pinya at ginutay-gutay na niyog.

19. Black Forest Bircher

MGA INGREDIENTS:
- 2 maliit na peras, gadgad
- 10 kutsara (60g) rolled oat
- 1 kutsarang cacao powder o cocoa powder
- 200g Greek yogurt, kasama ang 4 na kutsara
- 5 kutsarang gatas
- 1 kutsarang maple syrup o honey, at dagdag na ihain (opsyonal)
- 200g cherry, hatiin at pitted
- 2 squares dark chocolate

MGA TAGUBILIN:
a) Pagsamahin ang mga peras, oats, cacao, yogurt, gatas, at maple syrup sa isang mangkok. Hatiin sa pagitan ng apat na mangkok (o mga lalagyan kung dadalhin mo ito sa trabaho).
b) Itaas ang bawat serving na may ilang seresa, 1 kutsarang yogurt, at kaunting dagdag na maple syrup, kung gusto mo. Pinong lagyan ng rehas ang tsokolate sa ibabaw ng Bircher, na nagbibigay sa bawat paghahatid ng magaan na pag-aalis ng alikabok.
c) Kumain kaagad o palamigin sa refrigerator nang hanggang 2 araw.

20.Inihaw na Peach at Yogurt Parfait

MGA INGREDIENTS:
- 4 na mga milokoton, hinati at iniwang
- 2 tasa ng Greek yogurt
- ¼ tasa ng pulot
- ½ tasa ng granola
- Mga sariwang dahon ng mint para sa dekorasyon

MGA TAGUBILIN:
a) Painitin muna ang grill sa katamtamang init.
b) Mag-ihaw ng peach sa loob ng 2-3 minuto sa bawat panig hanggang lumambot at lumitaw ang mga marka ng grill.
c) Sa isang maliit na mangkok, haluin ang Greek yogurt at honey.
d) Upang tipunin ang parfait, kutsara ang isang layer ng yogurt sa isang baso, na sinusundan ng isang layer ng granola at isang inihaw na peach kalahati.
e) Ulitin ang pagpapatong hanggang sa mapuno ang baso.
f) Sa itaas na may isang maliit na piraso ng yogurt, granola, at sariwang dahon ng mint.

21. Pavlova Parfait

MGA INGREDIENTS:
- 1 tasa ng Greek yogurt
- ½ tasa ng pinaghalong berry
- ¼ tasa ng granola
- 1 mini Pavlova shell, durog na durog

MGA TAGUBILIN:

a) Sa isang parfait glass o bowl, i-layer ang Greek yogurt, mixed berries, at granola.

b) Iwiwisik ang durog na mini Pavlova shell sa ibabaw ng parfait.

c) Ulitin ang mga layer hanggang sa mapuno ang baso o mangkok hanggang sa itaas.

d) Ihain kaagad.

22.PB&J Yogurt Parfait

MGA INGREDIENTS:
- 1 tasa plain Greek yogurt
- 2 kutsarang peanut butter
- 2 kutsarang jelly o jam
- ½ tasa ng granola
- Mga toppings: sariwang berry, sprinkles, hiniwang saging, atbp.

MGA TAGUBILIN:

a) Paghaluin ang yogurt, peanut butter, at jelly o jam hanggang sa maayos na pinagsama.

b) Ilagay ang pinaghalong yogurt at granola sa isang serving glass o garapon.

c) Magdagdag ng nais na mga toppings sa itaas.

d) Ihain at magsaya!

23. Pear Pistachio Parfait Jars

MGA INGREDIENTS:
PEAR CHIA PUDDING:
- ¼ tasa ng peras na katas
- ⅓ tasa ng unsweetened vanilla o plain almond milk
- 3 kutsarang chia seeds
- Pear Avocado Pudding:
- 1 hinog na abukado
- 1-2 kutsarita ng pulot o coconut nectar, depende sa gustong tamis
- 2 kutsarang peras katas

NATITING MGA LAYER at GARNISH:
- ½ tasa ng iyong paboritong granola
- ½ tasa ng vanilla Greek yogurt
- ¼ tasa tinadtad na sariwang peras
- 2 kutsarang tinadtad na pistachios
- 2 kutsarita ng pulot o coconut nectar

MGA TAGUBILIN:
a) Magsimula sa pamamagitan ng paghahanda ng Pear Chia Pudding sa pamamagitan ng pagdaragdag ng lahat ng mga sangkap sa isang mangkok, paghahalo hanggang sa maayos na pinagsama, pagkatapos ay ilagay sa refrigerator sa loob ng 15-20 minuto upang lumapot.

b) Susunod, ihanda ang Avocado Pear Pudding sa pamamagitan ng pagdaragdag ng lahat ng sangkap sa isang maliit na food processor o baby bullet at pulso hanggang sa makinis ang timpla. Subukan ang lasa at magdagdag ng higit pang honey/coconut nectar kung mas gusto mo ang avocado pudding na mas matamis.

c) Kapag lumapot na ang chia pudding, haluin muli at handa ka nang i-layer ang lahat ng sangkap.

d) Gamit ang dalawang 8-ounce na garapon, hatiin ang granola, yogurt, chia pudding, at avocado pudding, ilagay ang mga ito sa anumang kaayusan na gusto mo sa pagitan ng dalawang garapon.

e) Tapusin ang bawat garapon ng 2 kutsara ng tinadtad na sariwang peras at 1 kutsara ng tinadtad na pistachio, pagkatapos ay ibuhos ang bawat garapon ng 1 kutsarita ng pulot o coconut nectar.

24. Butterfly Pea at Chia Seed Parfait

MGA INGREDIENTS:
- 2 kutsarang Butterfly Pea Flower
- 1-1/2 tasa ng almond milk, sa 200°F
- 1 kutsarang pulot o agave
- 4 na kutsarang chia seeds

MAGLINGKOD:
- 1 tasa ng Greek yogurt
- Isang dakot ng berries

MGA TAGUBILIN:

a) Idagdag ang mainit na almond milk sa Butterfly Pea Flowers at i-steep ng 3-5 minuto, pagkatapos ay salain ang Butterfly Pea Flowers.

b) Sa isang lalagyan na may takip, ilagay ang sweetener at chia seeds.

c) Haluin upang pagsamahin at palamigin magdamag.

MAGLINGKOD:

d) Sa isang tasa o maliit na mangkok, i-layer ang Greek yogurt, at ang dalawang magkaibang chia puddings para gumawa ng mga parfait layer.

e) Palamutihan ng mga berry at mas maraming pulot kung gusto mo. Ihain nang malamig.

MGA PANCAKE

25.Mga pancake ng sorpresa sa kaarawan

MGA INGREDIENTS:
- 1 tasa ng spelling na harina
- 2 kutsarang vanilla pudding mix na walang asukal
- ½ kutsarita ng baking powder
- ½ kutsarita ng baking soda
- ¾ tasa plain Greek yogurt
- ½ tasa + 2 kutsarang 2% na gatas na mababa ang taba
- 1 malaking itlog
- 2 kutsarang maple syrup
- ¼ cup rainbow sprinkles, at higit pa para sa topping (opsyonal)

MGA TAGUBILIN:

a) Idagdag ang harina, puding, baking powder, at baking soda sa isang mangkok at pukawin upang pagsamahin.

b) Sa isa pang mangkok, haluin ang yogurt, gatas, itlog, at maple syrup hanggang sa lubusang pinagsama.

c) Idagdag ang mga basang sangkap sa mga tuyong sangkap at haluin hanggang sa lubusang pagsamahin.

d) Hayaang magpahinga ang batter sa loob ng 2 hanggang 3 minuto. Ito ay nagpapahintulot sa lahat ng mga sangkap na magsama-sama at nagbibigay sa batter ng isang mas mahusay na pagkakapare-pareho.

e) Pagkatapos magpahinga ang batter, ihalo ang mga sprinkles.

f) Mag-spray ng non-stick skillet o griddle nang sagana sa langis ng gulay at init sa katamtamang init.

g) Kapag mainit na ang kawali, idagdag ang batter gamit ang ¼-cup measuring cup at ibuhos ang batter sa kawali para gawin ang pancake. Gamitin ang measuring cup para makatulong sa paghubog ng pancake.

h) Lutuin hanggang lumitaw ang mga gilid at mabuo ang mga bula sa gitna (mga 2 hanggang 3 minuto), pagkatapos ay i-flip ang pancake.

i) Kapag ang pancake ay luto sa gilid na iyon, alisin ang pancake mula sa apoy at ilagay ito sa isang plato.

j) Ipagpatuloy ang mga hakbang na ito sa natitirang bahagi ng batter.

26.Greek YogurtMga pancake ng quinoa

MGA INGREDIENTS:
- 1 tasa (anumang kulay) nilutong quinoa
- ¾ tasa ng harina ng quinoa
- 2 kutsarita ng baking powder
- ½ kutsarita ng asin
- 1 kutsarang tinunaw na mantikilya
- ¼ tasa ng Greek yogurt
- 2 kutsarang 2% na gatas na mababa ang taba
- 2 malalaking itlog, pinalo
- 2 kutsarang maple syrup
- 1 kutsarita vanilla extract
- Mga pinapanatiling prutas, para ihain (opsyonal)

MGA TAGUBILIN:

a) Sa isang malaking mangkok, idagdag ang quinoa, harina, baking powder, at asin nang magkasama at ihalo upang lubusan na pagsamahin.

b) Sa isa pang mangkok, haluin ang mantikilya, yogurt, gatas, itlog, maple syrup, at vanilla. Pagsamahin ang lahat upang ito ay maayos na pinagsama.

c) Idagdag ang mga basang sangkap sa mga tuyong sangkap at haluin hanggang sa lubusang pagsamahin.

d) Hayaang magpahinga ang batter sa loob ng 2 hanggang 3 minuto. Ito ay nagpapahintulot sa lahat ng mga sangkap na magsama-sama at nagbibigay sa batter ng isang mas mahusay na pagkakapare-pareho.

e) Mag-spray ng non-stick skillet o griddle nang sagana sa langis ng gulay at init sa katamtamang init.

f) Kapag mainit na ang kawali, idagdag ang batter gamit ang ¼-cup measuring cup at ibuhos ang batter sa kawali para gawin ang pancake. Gamitin ang measuring cup para makatulong sa paghubog ng pancake.

g) Lutuin hanggang lumitaw ang mga gilid at mabuo ang mga bula sa gitna (mga 2 hanggang 3 minuto), pagkatapos ay i-flip ang pancake.

h) Kapag ang pancake ay luto sa gilid na iyon, alisin ang pancake mula sa apoy at ilagay ito sa isang plato.

i) Ipagpatuloy ang mga hakbang na ito sa natitirang bahagi ng batter. Ihain kasama ng mga preserve ng prutas, kung ninanais.

27. Greek yogurt oatmeal pancake

MGA INGREDIENTS:
- 1¾ tasa ng makalumang rolled oats
- 1½ kutsarita ng baking powder
- 1 kutsarita ng baking soda
- ½ kutsarita ng kanela
- ¼ kutsarita ng asin
- 1 malaking itlog
- 2 kutsarang langis ng niyog, natunaw
- 1 kutsarang maple syrup, at higit pa upang ihain
- 1 kutsarita vanilla extract
- 1 tasa plain Greek yogurt
- ¼ tasa 2% na mababa ang taba ng gatas

MGA TAGUBILIN:

a) Idagdag ang lahat ng mga sangkap sa isang blender. Maaaring tumigas ang tinunaw na langis ng niyog kapag isinama sa mas malamig na sangkap, kaya maaari mong bahagyang painitin ang gatas upang maiwasang mangyari ito kung gusto mo.

b) Blitz lahat sa blender hanggang sa magkaroon ka ng makinis na likido.

c) Ibuhos ang pinaghalong pancake sa isang malaking mangkok.

d) Hayaang magpahinga ang batter ng 5 hanggang 10 minuto. Ito ay nagpapahintulot sa lahat ng mga sangkap na magsama-sama at nagbibigay sa batter ng isang mas mahusay na pagkakapare-pareho.

e) Mag-spray ng non-stick skillet o griddle nang sagana sa langis ng gulay at init sa katamtamang init.

f) Kapag mainit na ang kawali, idagdag ang batter gamit ang ¼-cup measuring cup at ibuhos ang batter sa kawali para gawin ang pancake. Gamitin ang measuring cup para makatulong sa paghubog ng pancake.

g) Lutuin hanggang lumitaw ang mga gilid at mabuo ang mga bula sa gitna (mga 2 minuto), pagkatapos ay i-flip ang pancake.

h) Kapag ang pancake ay luto sa gilid na iyon, alisin ang pancake mula sa apoy at ilagay ito sa isang plato.

i) Ipagpatuloy ang mga hakbang na ito sa natitirang bahagi ng batter. Ihain kasama ang maple syrup.

28.Mga pancake ng vanilla almond

MGA INGREDIENTS:
- 1 tasa ng spelling na harina
- 2 kutsarang vanilla pudding mix na walang asukal
- ½ kutsarita ng baking powder
- ½ kutsarita ng baking soda
- ¾ tasa plain Greek yogurt
- ½ tasa + 2 kutsarang 2% na gatas na mababa ang taba
- 1 malaking itlog
- 2 kutsarang maple syrup
- ¼ tasang hiniwang almendras

MGA TAGUBILIN:

a) Idagdag ang harina, pudding mix, baking powder, at baking soda sa isang mangkok at ihalo upang pagsamahin.

b) Sa isa pang mangkok, haluin ang yogurt, gatas, itlog, at maple syrup hanggang sa lubusang pinagsama.

c) Idagdag ang mga basang sangkap sa mga tuyong sangkap at haluin hanggang sa lubusang pagsamahin.

d) Haluin ang mga almendras sa huli.

e) Hayaang magpahinga ang batter sa loob ng 2 hanggang 3 minuto. Ito ay nagpapahintulot sa lahat ng mga sangkap na magsama-sama at nagbibigay sa batter ng isang mas mahusay na pagkakapare-pareho.

f) Mag-spray ng non-stick skillet o griddle nang sagana sa langis ng gulay at init sa katamtamang init.

g) Kapag mainit na ang kawali, idagdag ang batter gamit ang ¼-cup measuring cup at ibuhos ang batter sa kawali para gawin ang pancake. Gamitin ang measuring cup para makatulong sa paghubog ng pancake.

h) Lutuin hanggang lumitaw ang mga gilid at mabuo ang mga bula sa gitna (mga 2 hanggang 3 minuto), pagkatapos ay i-flip ang pancake.

i) Kapag ang pancake ay luto sa gilid na iyon, alisin ang pancake mula sa apoy at ilagay ito sa isang plato.

j) Ipagpatuloy ang mga hakbang na ito sa natitirang bahagi ng batter.

29.Mga pancake ng mani, saging at tsokolate

MGA INGREDIENTS:
- 1 tasa ng spelling na harina
- ¼ tasa ng pulbos na peanut butter
- ½ kutsarita ng baking powder
- ½ kutsarita ng baking soda
- ¾ tasa plain Greek yogurt
- 1 hinog na katamtamang saging, minasa, at higit pa para ihain (opsyonal)
- ¼ tasa + 2 kutsarang 2% na gatas na mababa ang taba
- 1 malaking itlog
- 2 kutsarang maple syrup
- ½ tasang chocolate chips, at higit pa para sa paghahatid (opsyonal)
- Peanut butter, para sa paghahatid (opsyonal)

MGA TAGUBILIN:
a) Idagdag ang harina, powdered peanut butter, baking powder, at baking soda sa isang mangkok at ihalo upang pagsamahin.
b) Sa isa pang mangkok, haluin ang yogurt, mashed banana, gatas, itlog, at maple syrup hanggang sa pinagsama.
c) Idagdag ang mga basang sangkap sa mga tuyong sangkap at haluin hanggang sa lubusang pagsamahin.
d) Haluin ang chocolate chips.
e) Hayaang magpahinga ang batter sa loob ng 2 hanggang 3 minuto. Ito ay nagpapahintulot sa lahat ng mga sangkap na magsama-sama at nagbibigay sa batter ng isang mas mahusay na pagkakapare-pareho.
f) Mag-spray ng non-stick skillet o griddle nang sagana sa langis ng gulay at init sa katamtamang init.
g) Kapag mainit na ang kawali, idagdag ang batter gamit ang ¼-cup measuring cup at ibuhos ang batter sa kawali para gawin ang pancake. Gamitin ang measuring cup para makatulong sa paghubog ng pancake.
h) Lutuin hanggang lumitaw ang mga gilid at mabuo ang mga bula sa gitna (mga 2 hanggang 3 minuto), pagkatapos ay i-flip ang pancake.
i) Kapag ang pancake ay luto sa gilid na iyon, alisin ang pancake mula sa apoy at ilagay ito sa isang plato.
j) Ipagpatuloy ang mga hakbang na ito sa natitirang bahagi ng batter.

30. Pancake ng banana bread

MGA INGREDIENTS:
- 1 tasa ng spelling na harina
- ½ kutsarita ng baking powder
- ½ kutsarita ng baking soda
- ¾ tasa plain Greek yogurt
- 1 hinog na medium na saging, minasa
- ½ tasa + 2 kutsarang 2% na gatas na mababa ang taba
- 1 malaking itlog
- 2 kutsarang maple syrup

MGA TAGUBILIN:

a) Idagdag ang harina, baking powder, at baking soda sa isang mangkok at ihalo upang pagsamahin.

b) Sa isa pang mangkok, haluin ang yogurt, mashed banana, gatas, itlog, at maple syrup hanggang sa pinagsama.

c) Idagdag ang mga basang sangkap sa mga tuyong sangkap at haluin hanggang sa pagsamahin.

d) Hayaang magpahinga ang batter sa loob ng 2 hanggang 3 minuto. Ito ay nagpapahintulot sa lahat ng mga sangkap na magsama-sama at nagbibigay sa batter ng isang mas mahusay na pagkakapare-pareho.

e) Mag-spray ng non-stick skillet o griddle nang sagana sa langis ng gulay at init sa katamtamang init.

f) Kapag mainit na ang kawali, idagdag ang batter gamit ang ¼-cup measuring cup at ibuhos ang batter sa kawali para gawin ang pancake. Gamitin ang measuring cup para makatulong sa paghubog ng pancake.

g) Lutuin hanggang lumitaw ang mga gilid at mabuo ang mga bula sa gitna (mga 2 hanggang 3 minuto), pagkatapos ay i-flip ang pancake.

h) Kapag ang pancake ay luto sa gilid na iyon, alisin ang pancake mula sa apoy at ilagay ito sa isang plato.

i) Ipagpatuloy ang mga hakbang na ito sa natitirang bahagi ng batter.

31.Strawberry cheesecake pancake

MGA INGREDIENTS:
- 1 tasa ng spelling na harina
- 2 kutsarang vanilla pudding mix na walang asukal
- ½ kutsarita ng baking powder
- ½ kutsarita ng baking soda
- ¾ tasa plain Greek yogurt
- ½ tasa + 2 kutsarang 2% na gatas na mababa ang taba
- 1 malaking itlog
- 2 kutsarang maple syrup
- 1 tasa ng mga strawberry na hiniwang manipis

MGA TAGUBILIN:
a) Idagdag ang harina, pudding mix, baking powder, at baking soda sa isang mangkok at ihalo upang pagsamahin.
b) Sa isa pang mangkok, haluin ang yogurt, gatas, itlog, at maple syrup hanggang sa pinagsama.
c) Idagdag ang mga basang sangkap sa mga tuyong sangkap at haluin hanggang sa lubusang pagsamahin.
d) Maingat na pukawin ang mga strawberry.
e) Hayaang magpahinga ang batter sa loob ng 2 hanggang 3 minuto. Ito ay nagpapahintulot sa lahat ng mga sangkap na magsama-sama at nagbibigay sa batter ng isang mas mahusay na pagkakapare-pareho.
f) Mag-spray ng non-stick skillet o griddle nang sagana sa langis ng gulay at init sa katamtamang init.
g) Kapag mainit na ang kawali, idagdag ang batter gamit ang ¼-cup measuring cup at ibuhos ang batter sa kawali para gawin ang pancake. Gamitin ang measuring cup para makatulong sa paghubog ng pancake.
h) Lutuin hanggang lumitaw ang mga gilid at mabuo ang mga bula sa gitna (mga 2 hanggang 3 minuto), pagkatapos ay i-flip ang pancake.
i) Kapag ang pancake ay luto sa gilid na iyon, alisin ang pancake mula sa apoy at ilagay ito sa isang plato.
j) Ipagpatuloy ang mga hakbang na ito sa natitirang bahagi ng batter.

32.Mga pancake ng tsokolate ng Mexico

MGA INGREDIENTS:
- 1 tasa ng spelling na harina
- ¼ tasa ng unsweetened cocoa
- 1 kutsarita ng kanela
- ½ kutsarita ng baking powder
- ½ kutsarita ng baking soda
- ¾ tasa plain Greek yogurt
- ¼ tasa + 2 kutsarang 2% na gatas na mababa ang taba
- 1 malaking itlog
- 2 kutsarang maple syrup

MGA TAGUBILIN:

a) Idagdag ang harina, kakaw, kanela, baking powder, at baking soda sa isang mangkok at ihalo upang pagsamahin.

b) Sa isa pang mangkok, haluin ang yogurt, gatas, itlog, at maple syrup hanggang sa lubusang pinagsama.

c) Idagdag ang mga basang sangkap sa mga tuyong sangkap at haluin hanggang sa lubusang pagsamahin.

d) Hayaang magpahinga ang batter sa loob ng 2 hanggang 3 minuto. Ito ay nagpapahintulot sa lahat ng mga sangkap na magsama-sama at nagbibigay sa batter ng isang mas mahusay na pagkakapare-pareho.

e) Mag-spray ng non-stick skillet o griddle nang sagana sa langis ng gulay at init sa katamtamang init.

f) Kapag mainit na ang kawali, idagdag ang batter gamit ang ¼-cup measuring cup at ibuhos ang batter sa kawali para gawin ang pancake. Gamitin ang measuring cup para makatulong sa paghubog ng pancake.

g) Lutuin hanggang lumitaw ang mga gilid at mabuo ang mga bula sa gitna (mga 2 hanggang 3 minuto), pagkatapos ay i-flip ang pancake.

h) Kapag ang pancake ay luto sa gilid na iyon, alisin ang pancake mula sa apoy at ilagay ito sa isang plato.

i) Ipagpatuloy ang mga hakbang na ito sa natitirang bahagi ng batter.

33.Blueberry mango pancake

MGA INGREDIENTS:
- 1 tasa ng spelling na harina
- ½ kutsarita ng baking powder
- ½ kutsarita ng baking soda
- ¾ tasa plain Greek yogurt
- ¼ tasa + 2 kutsarang 2% na gatas na mababa ang taba
- 1 malaking itlog
- 2 kutsarang maple syrup
- ½ tasang puré na mangga
- ½ tasa ng blueberries

MGA TAGUBILIN:

a) Idagdag ang harina, baking powder, at baking soda sa isang mangkok at ihalo upang pagsamahin.

b) Sa isa pang mangkok, haluin ang yogurt, gatas, itlog, maple syrup, at puré na mangga hanggang sa pinagsama.

c) Idagdag ang mga basang sangkap sa mga tuyong sangkap at haluin hanggang sa lubusang pagsamahin.

d) Maingat na pukawin ang mga blueberries.

e) Hayaang magpahinga ang batter sa loob ng 2 hanggang 3 minuto. Ito ay nagpapahintulot sa lahat ng mga sangkap na magsama-sama at nagbibigay sa batter ng isang mas mahusay na pagkakapare-pareho.

f) Mag-spray ng non-stick skillet o griddle nang sagana sa langis ng gulay at init sa katamtamang init.

g) Kapag mainit na ang kawali, idagdag ang batter gamit ang ¼-cup measuring cup at ibuhos ang batter sa kawali para gawin ang pancake. Gamitin ang measuring cup para makatulong sa paghubog ng pancake.

h) Lutuin hanggang lumitaw ang mga gilid at mabuo ang mga bula sa gitna (mga 2 hanggang 3 minuto), pagkatapos ay i-flip ang pancake.

i) Kapag ang pancake ay luto sa gilid na iyon, alisin ang pancake mula sa apoy at ilagay ito sa isang plato.

j) Ipagpatuloy ang mga hakbang na ito sa natitirang bahagi ng batter.

34. Mga pancake ng piña colada

MGA INGREDIENTS:
- 1 tasa ng spelling na harina
- ½ kutsarita ng baking powder
- ½ kutsarita ng baking soda
- ¾ tasa plain Greek yogurt
- ½ tasa + 2 kutsarang de-latang full-fat na gata ng niyog
- 1 malaking itlog
- 2 kutsarang maple syrup
- 1 kutsarita vanilla extract
- ½ tasa ng pinong diced na pinya

MGA TAGUBILIN:

a) Idagdag ang harina, baking powder, at baking soda sa isang mangkok at ihalo upang pagsamahin.

b) Sa isa pang mangkok, haluin ang yogurt, gata ng niyog, itlog, maple syrup, at banilya nang magkasama hanggang sa lubusang pinagsama.

c) Idagdag ang mga basang sangkap sa mga tuyong sangkap at haluin hanggang sa lubusang pagsamahin.

d) Kapag nahalo na ang lahat, haluin ang pinya.

e) Hayaang magpahinga ang batter sa loob ng 2 hanggang 3 minuto. Ito ay nagpapahintulot sa lahat ng mga sangkap na magsama-sama at nagbibigay sa batter ng isang mas mahusay na pagkakapare-pareho.

f) Mag-spray ng non-stick skillet o griddle nang sagana sa langis ng gulay at init sa katamtamang init.

g) Kapag mainit na ang kawali, idagdag ang batter gamit ang ¼-cup measuring cup at ibuhos ang batter sa kawali para gawin ang pancake. Gamitin ang measuring cup para makatulong sa paghubog ng pancake.

h) Lutuin hanggang lumitaw ang mga gilid at mabuo ang mga bula sa gitna (mga 2 hanggang 3 minuto), pagkatapos ay i-flip ang pancake.

i) Kapag ang pancake ay luto sa gilid na iyon, alisin ang pancake mula sa apoy at ilagay ito sa isang plato.

j) Ipagpatuloy ang mga hakbang na ito sa natitirang bahagi ng batter.

35.Banana blueberry pancake

MGA INGREDIENTS:
- 1 tasa ng spelling na harina
- ½ kutsarita ng baking powder
- ½ kutsarita ng baking soda
- 1 hinog na medium na saging, minasa
- ¾ tasa plain Greek yogurt
- ¼ tasa + 2 kutsarang 2% na gatas na mababa ang taba
- 1 malaking itlog
- 2 kutsarang maple syrup
- ½ tasa ng blueberries

MGA TAGUBILIN:
a) Idagdag ang harina, baking powder, at baking soda sa isang mangkok at ihalo upang pagsamahin.
b) Sa isa pang mangkok, haluin ang minasa na saging, yogurt, gatas, itlog, at maple syrup hanggang sa pinagsama.
c) Idagdag ang mga basang sangkap sa mga tuyong sangkap at haluin hanggang sa lubusang pagsamahin.
d) Maingat na pukawin ang mga blueberries.
e) Hayaang magpahinga ang batter sa loob ng 2 hanggang 3 minuto. Ito ay nagpapahintulot sa lahat ng mga sangkap na magsama-sama at nagbibigay sa batter ng isang mas mahusay na pagkakapare-pareho.
f) Mag-spray ng non-stick skillet o griddle nang sagana sa langis ng gulay at init sa katamtamang init.
g) Kapag mainit na ang kawali, idagdag ang batter gamit ang ¼-cup measuring cup at ibuhos ang batter sa kawali para gawin ang pancake. Gamitin ang measuring cup para makatulong sa paghubog ng pancake.
h) Lutuin hanggang lumitaw ang mga gilid at mabuo ang mga bula sa gitna (mga 2 hanggang 3 minuto), pagkatapos ay i-flip ang pancake.
i) Kapag ang pancake ay luto sa gilid na iyon, alisin ang pancake mula sa apoy at ilagay ito sa isang plato.
j) Ipagpatuloy ang mga hakbang na ito sa natitirang bahagi ng batter.

36.Strawberry banana pancake

MGA INGREDIENTS:
- 1 tasa ng spelling na harina
- ½ kutsarita ng baking powder
- ½ kutsarita ng baking soda
- ¾ tasa plain Greek yogurt
- 1 hinog na medium na saging, minasa
- ½ tasa + 2 kutsarang 2% na gatas na mababa ang taba
- 1 malaking itlog
- 2 kutsarang maple syrup
- ¾ tasa ng hiniwang strawberry

MGA TAGUBILIN:

a) Idagdag ang harina, baking powder, at baking soda sa isang mangkok at ihalo upang pagsamahin.

b) Sa isa pang mangkok, haluin ang yogurt, mashed banana, gatas, itlog, at maple syrup hanggang sa pinagsama.

c) Idagdag ang mga basang sangkap sa mga tuyong sangkap at haluin hanggang sa lubusang pagsamahin.

d) Maingat na pukawin ang mga strawberry.

e) Hayaang magpahinga ang batter sa loob ng 2 hanggang 3 minuto. Ito ay nagpapahintulot sa lahat ng mga sangkap na magsama-sama at nagbibigay sa batter ng isang mas mahusay na pagkakapare-pareho.

f) Mag-spray ng non-stick skillet o griddle nang sagana sa langis ng gulay at init sa katamtamang init.

g) Kapag mainit na ang kawali, idagdag ang batter gamit ang ¼-cup measuring cup at ibuhos ang batter sa kawali para gawin ang pancake. Gamitin ang measuring cup para makatulong sa paghubog ng pancake.

h) Lutuin hanggang lumitaw ang mga gilid at mabuo ang mga bula sa gitna (mga 2 hanggang 3 minuto), pagkatapos ay i-flip ang pancake.

i) Kapag ang pancake ay luto sa gilid na iyon, alisin ang pancake mula sa apoy at ilagay ito sa isang plato.

j) Ipagpatuloy ang mga hakbang na ito sa natitirang bahagi ng batter.

37.Gingerbread pancake

MGA INGREDIENTS:
MGA TOPPING:
- ¼ tasa plain Greek yogurt
- 1 kutsarang maple syrup

MGA PANCAKE
- 1 tasa ng spelling na harina
- 1 kutsarita ng baking soda
- 1 kutsaritang giniling na luya
- 1 kutsarita ng ground allspice
- 1 kutsarita ng kanela
- ¼ kutsarita ng giniling na mga clove
- ¼ kutsarita ng asin
- 1 malaking itlog
- ½ tasa ng 2% na mababang-taba na gatas
- 3 kutsarang maple syrup
- 1 kutsarita vanilla extract

MGA TAGUBILIN:

a) Paghaluin ang Greek yogurt at maple syrup hanggang sa maayos na pinagsama at itabi.

b) Sa isang malaking mangkok, idagdag ang nabaybay na harina, baking soda, luya, allspice, cinnamon, cloves, at asin nang sama-sama at haluin upang lubusang pagsamahin.

c) Sa isa pang mangkok, haluin ang itlog, gatas, maple syrup, at banilya hanggang sa mahusay na pinagsama.

d) Idagdag ang mga basang sangkap sa mga tuyong sangkap at haluin hanggang sa lubusang pagsamahin.

e) Hayaang magpahinga ang batter sa loob ng 2 hanggang 3 minuto. Ito ay nagpapahintulot sa lahat ng mga sangkap na magsama-sama at nagbibigay sa batter ng isang mas mahusay na pagkakapare-pareho.

f) Mag-spray ng non-stick skillet o griddle nang sagana sa langis ng gulay at init sa katamtamang init.

g) Kapag mainit na ang kawali, idagdag ang batter gamit ang ¼-cup measuring cup at ibuhos ang batter sa kawali para gawin ang pancake.

h) Lutuin hanggang lumitaw ang mga gilid na nakatakda at nabuo ang mga bula sa gitna.

i) Kapag ang pancake ay luto sa gilid na iyon, alisin ang pancake mula sa apoy at ilagay ito sa isang plato.

j) Ipagpatuloy ang mga hakbang na ito sa natitirang bahagi ng batter. Ihain kasama ng yogurt.

SMOOTHIES AT SMOOTHIE BOWLS

38. Greek Yogurt Biscoff Smoothie Bowl

MGA INGREDIENTS:
- 2 hinog na saging, frozen
- ¼ tasa ng Greek yogurt
- 2 kutsarang Biscoff spread
- ½ tasa ng gatas (pagawaan ng gatas o plant-based)
- Mga toppings: Biscoff cookie crumbs, hiniwang saging, granola, ginutay-gutay na niyog, berries, atbp.

MGA TAGUBILIN:

a) Sa isang blender, pagsamahin ang frozen na saging, Greek yogurt, Biscoff spread, at gatas.

b) Haluin hanggang makinis at mag-atas. Kung kinakailangan, magdagdag ng higit pang gatas upang makamit ang ninanais na pagkakapare-pareho.

c) Ibuhos ang smoothie sa isang mangkok at itaas na may Biscoff cookie crumbs, hiniwang saging, granola, ginutay-gutay na niyog, berries, o anumang iba pang gustong toppings.

d) Tangkilikin ang Biscoff smoothie bowl na may kutsara at tikman ang masarap na kumbinasyon ng mga lasa at texture.

39.Ang Blueberry Smoothie ni Jack Daniel

MGA INGREDIENTS:
- 1 tasa ng frozen blueberries
- ½ tasa ng vanilla Greek yogurt
- ½ tasa ng almond milk
- 2 kutsarang pulot
- 1 kutsarang whisky ni Jack Daniel
- Yelo

MGA TAGUBILIN:

a) Idagdag ang frozen blueberries, Greek yogurt, almond milk, honey, at Jack Daniel's whisky sa isang blender.

b) Haluin hanggang makinis.

c) Magdagdag ng mga ice cubes at timpla muli hanggang sa maabot ang ninanais na pagkakapare-pareho.

d) Ibuhos sa isang baso at ihain kaagad.

40. Ang Chocolate Smoothie ni Jack Daniel

MGA INGREDIENTS:
- 1 frozen na saging
- ½ tasa plain Greek yogurt
- ½ tasa ng almond milk
- 2 kutsarang pulot
- 1 kutsarang whisky ni Jack Daniel
- 1 kutsarang cocoa powder
- Yelo

MGA TAGUBILIN:
a) Idagdag ang frozen na saging, Greek yogurt, almond milk, honey, Jack Daniel's whisky, at cocoa powder sa isang blender.
b) Haluin hanggang makinis.
c) Magdagdag ng mga ice cubes at timpla muli hanggang sa maabot ang ninanais na pagkakapare-pareho.
d) Ibuhos sa isang baso at ihain kaagad.

41. Honeycomb Candy Yogurt Bowl

MGA INGREDIENTS:
- 1 tasa ng Greek yogurt
- 2 kutsarang pulot
- ¼ tasa ng pulot-pukyutan na kendi, dinurog
- Sariwang prutas para sa topping

MGA TAGUBILIN:
a) Sa isang mangkok, ihalo ang Greek yogurt at honey.
b) Budburan ng durog na honeycomb candy sa yogurt.
c) Itaas na may sariwang prutas.
d) Haluing mabuti at tamasahin ang masarap na honey-infused yogurt bowl na ito.

42. Cornflake-Berry Smoothie Bowl

MGA INGREDIENTS:
- 1 hinog na saging, frozen
- 1 tasang pinaghalong berry (tulad ng mga strawberry, blueberries, o raspberry)
- ½ tasa ng Greek yogurt
- ¼ tasa ng gatas
- ¼ tasa ng dinurog na cornflakes
- Mga sariwang berry, hiniwang saging, at iba pang gustong toppings

MGA TAGUBILIN:
a) Sa isang blender, pagsamahin ang frozen na saging, mixed berries, Greek yogurt, at gatas.
b) Haluin hanggang makinis at mag-atas.
c) Ibuhos ang smoothie sa isang mangkok.
d) Budburan ang dinurog na cornflake sa ibabaw.
e) Magdagdag ng mga sariwang berry, hiniwang saging, at anumang iba pang gustong toppings, tulad ng granola o nuts.
f) Mag-enjoy kaagad sa isang kutsara.

43. Hibiscus Smoothie Bowl

MGA INGREDIENTS:
- 1 frozen na saging
- ½ tasa ng mga frozen na berry (tulad ng mga strawberry, raspberry, o blueberries)
- ¼ tasa ng hibiscus tea (malakas na brewed at pinalamig)
- ¼ tasa ng Greek yogurt o yogurt na nakabatay sa halaman
- 1 kutsarang chia seeds
- Mga toppings: hiniwang prutas, granola, coconut flakes, nuts, atbp.

MGA TAGUBILIN:
a) Sa isang blender, pagsamahin ang frozen na saging, frozen berries, hibiscus tea, Greek yogurt, at chia seeds.
b) Haluin hanggang makinis at mag-atas. Kung kinakailangan, magdagdag ng isang splash ng karagdagang hibiscus tea o tubig upang maabot ang nais na pagkakapare-pareho.
c) Ibuhos ang smoothie sa isang mangkok.
d) Itaas ang mga hiniwang prutas, granola, coconut flakes, nuts, o anumang iba pang topping na gusto mo.
e) Tangkilikin ang nakakapresko at makulay na hibiscus smoothie bowl bilang isang masustansyang almusal.

44.Ang Peach Smoothie ni Jack Daniel

MGA INGREDIENTS:
- 1 tasang frozen na mga milokoton
- ½ tasa plain Greek yogurt
- ½ tasa ng almond milk
- 2 kutsarang pulot
- 1 kutsarang whisky ni Jack Daniel
- Yelo

MGA TAGUBILIN:
a) Idagdag ang frozen na mga peach, Greek yogurt, almond milk, honey, at Jack Daniel's whisky sa isang blender.
b) Haluin hanggang makinis.
c) Magdagdag ng mga ice cubes at timpla muli hanggang sa maabot ang ninanais na pagkakapare-pareho.
d) Ibuhos sa isang baso at ihain kaagad.

45. Strawberry Smoothie

MGA INGREDIENTS:
- 1 tasa ng frozen na strawberry
- ½ tasa ng vanilla Greek yogurt
- ½ tasa ng almond milk
- 2 kutsarang pulot
- 1 kutsarang whisky ni Jack Daniel
- Yelo

MGA TAGUBILIN:
a) Idagdag ang frozen strawberries, Greek yogurt, almond milk, honey, at Jack Daniel's whisky sa isang blender.
b) Haluin hanggang makinis.
c) Magdagdag ng mga ice cubes at timpla muli hanggang sa maabot ang ninanais na pagkakapare-pareho.
d) Ibuhos sa isang baso at ihain kaagad.

46. Kahlua Smoothie

MGA INGREDIENTS:
- 1 hinog na saging
- ½ tasa ng Greek yogurt
- ¼ tasa ng Kahlua
- ¼ tasa ng gatas (o alternatibong non-dairy)
- 1 kutsarang pulot
- 1 tasang ice cubes

MGA TAGUBILIN:
a) Sa isang blender, pagsamahin ang saging, Greek yogurt, Kahlua, gatas, pulot, at ice cubes.
b) Haluin hanggang makinis at mag-atas.
c) Ibuhos ang Kahlua smoothie sa isang baso at tangkilikin ito bilang isang nakakapreskong inumin sa almusal.

47. Mint at Strawberry Smoothie

MGA INGREDIENTS:
- 1 saging
- 1 tasa ng frozen na strawberry
- ¼ tasa sariwang dahon ng mint
- ½ tasa ng unsweetened vanilla almond milk
- ½ tasa ng Greek yogurt
- 1 kutsarang pulot

MGA TAGUBILIN:
a) Sa isang blender, pagsamahin ang saging, frozen strawberries, dahon ng mint, almond milk, Greek yogurt, at honey.
b) Haluin hanggang makinis.
c) Ibuhos sa isang baso at ihain kaagad.
d) Enjoy!

48. Creamy American Cheese Smoothie

MGA INGREDIENTS:
- 1 tasang gatas
- ½ tasa plain Greek yogurt
- 1 saging
- ¼ tasa gadgad na American cheese
- 1 tsp honey

MGA TAGUBILIN:
a) Sa isang blender, pagsamahin ang gatas, Greek yogurt, saging, grated American cheese, at honey.
b) Haluin hanggang makinis at mag-atas.
c) Ihain sa isang mataas na baso at magsaya.

49. Almond Joy Smoothie

MGA INGREDIENTS:
- ½ tasa ng unsweetened almond milk
- ½ tasa ng vanilla Greek yogurt
- ¼ tasa amaretto
- ¼ tasa ng unsweetened shredded coconut
- 1 saging, frozen
- yelo

MGA TAGUBILIN:
a) Magdagdag ng almond milk, Greek yogurt, amaretto, putol-putol na niyog, at frozen na saging sa isang blender at timpla hanggang makinis.
b) Magdagdag ng yelo sa blender at timpla muli hanggang sa maging makapal at mag-atas ang smoothie.
c) Ibuhos ang smoothie sa isang baso at ihain kaagad.

50. Black forest smoothie

MGA INGREDIENTS:
PARA MAGHANDA
- 1 (16-onsa) na bag ng frozen pitted sweet cherries
- 2 tasang baby spinach
- 2 kutsarang cocoa powder
- 1 kutsarang chia seeds

MAGLINGKOD
- 1 tasa ng unsweetened chocolate almond milk
- ¾ tasa vanilla 2% Greek yogurt
- 3 kutsarita ng maple syrup
- 1 kutsarita vanilla extract

MGA TAGUBILIN:
a) Pagsamahin ang mga cherry, spinach, cocoa powder, at chia seeds sa isang malaking mangkok. Hatiin sa 4 na ziplock freezer bag. I-freeze nang hanggang isang buwan, hanggang handa nang ihain.

b) PARA MAGHIGAY NG ISANG PAGHAHAIN: Ilagay ang mga laman ng isang bag sa isang blender at magdagdag ng ¼ tasa ng almond milk, 3 kutsarang yogurt, ¾ kutsarita ng maple syrup, at ¼ kutsarita ng vanilla. Haluin hanggang makinis. Ihain kaagad.

51. Dragon Fruit at Granola Yogurt Bowl

MGA INGREDIENTS:
- 1 dragon fruit
- 1 tasa ng Greek yogurt
- ½ tasa ng granola
- 1 kutsarang pulot

MGA TAGUBILIN:
a) Hatiin ang dragon fruit sa kalahati at i-scoop ang laman.
b) Sa isang mangkok, ihalo ang Greek yogurt at honey.
c) Sa isang hiwalay na mangkok, ilagay ang laman ng dragon fruit, pinaghalong Greek yogurt, at granola.
d) Ulitin ang mga layer hanggang magamit ang lahat ng sangkap.
e) Ihain nang pinalamig.

52. Berry Dragon Fruit Smoothie

MGA INGREDIENTS:
SMOOTHIE:
- 1 tasa ng frozen raspberry
- 1 ¾ tasa ng frozen na pink na dragon fruit (200 gramo)
- ½ tasa ng frozen na blackberry
- 5.3 ounces strawberry Greek yogurt (150 gramo)
- 2 kutsarang chia seeds
- 1 kutsarita katas ng kalamansi (½ kalamansi)
- 1 kutsarita gadgad na luya
- 1 tasa ng unsweetened almond milk o piniling gatas

OPSYONAL NA GARNISH:
- mga buto ng chia
- berries

MGA TAGUBILIN:
a) Magdagdag ng mga raspberry, dragon fruit, blackberry, yogurt, chia seeds, lime, at luya sa isang blender container. Magdagdag ng almond milk, takpan, at timpla sa mataas hanggang makinis.

b) I-pause upang simutin ang mga gilid ng lalagyan gamit ang isang spatula kung kinakailangan. Kung ang smoothie ay masyadong makapal, ibuhos ang mas maraming almond milk kung kinakailangan upang maabot ang ninanais na pagkakapare-pareho.

c) Ibuhos ang smoothie sa isang baso at itaas na may karagdagang chia seeds at berries kung ninanais.

53. Classical Nutella Smoothie

MGA INGREDIENTS:
- 6 na tuluy-tuloy na onsa ng mababang-taba na gatas
- 2 kutsarang Nutella
- 6 ounces ng plain fat-free Greek yogurt
- 1 saging, hiniwa
- 4 na sariwang strawberry

MGA TAGUBILIN:

a)   Ilagay ang lahat ng sangkap na nabanggit sa isang blender at timpla hanggang makinis.

54. Raspberry Nutella Smoothies

MGA INGREDIENTS:
- 2 tasa ng frozen raspberry
- 1 malaking saging
- 1 5.3 ounces raspberry Greek yogurt
- ½ tasang gatas
- 2 tasang vanilla ice cream
- ¼ tasa ng Nutella
- ½ tasang sariwang raspberry – nilinis at tinapik-tapik nang tuyo
- Ghirardelli na natutunaw ang chocolate wafers

MGA TAGUBILIN:
a) Isawsaw ang mga sariwang raspberry sa natutunaw na tsokolate. Ilagay ito sa refrigerator.

b) Gamit ang isang handheld mixer, pagsamahin ang vanilla ice cream at ang Nutella, hanggang sa mag-atas. Ilagay sa freezer.

c) Gamit ang isang blender, timpla ang mga nakapirming raspberry, saging, Greek yogurt, at gatas.

d) Para mag-assemble, i-layer ang pinaghalo na raspberry, pagkatapos ay ang ice cream/Nutella, at itaas ang natitirang pinaghalo na raspberry.

e) Ihain kaagad kasama ang ilang raspberry na nababalutan ng tsokolate.

55. Açaí Bowl na may mga Peaches at Microgreens

MGA INGREDIENTS:
- ½ tasa ng Cabbage Microgreens
- 1 frozen na saging
- 1 tasa ng frozen na pulang berry
- 4 na kutsara ng Açaí powder
- ¾ tasang almond o gata ng niyog
- ½ tasa plain Greek yogurt
- ¼ kutsarita ng almond extract

GARNISH:
- Inihaw na coconut flakes
- Mga sariwang hiwa ng peach
- Granola o toasted nuts/seeds
- Patak ng pulot

MGA TAGUBILIN:

a) Haluin ang gatas at yogurt sa isang malaki at high-speed blender. Idagdag ang frozen fruit Açaí, cabbage microgreens, at almond extract.

b) Ipagpatuloy ang paghahalo sa mababa hanggang makinis, magdagdag lamang ng karagdagang likido kung kinakailangan. KAPAL at creamy dapat, parang ice cream!

c) Hatiin ang smoothie sa dalawang mangkok at itaas ito ng lahat ng paborito mong toppings.

56. Pavlova Quinoa Bowl

MGA INGREDIENTS:
- 1 tasang lutong quinoa
- ½ tasa plain Greek yogurt
- 1 kutsarang pulot
- 1 mini Pavlova shell, durog na durog
- ¼ tasa ng pinaghalong berry
- ¼ tasang hiniwang almendras

MGA TAGUBILIN:

a) Sa isang mangkok, paghaluin ang nilutong quinoa, Greek yogurt, at pulot.

b) Itaas ang pinaghalong quinoa na may durog na mini Pavlova shell.

c) Idagdag ang pinaghalong berry at hiniwang almond sa itaas.

d) Ihain kaagad.

57. Ube at Banana bowl

MGA INGREDIENTS:
- 1 saging, minasa
- 3 kutsarang ube halaya, hinati
- 1/4 tasa ng makalumang rolled oats
- 1/4 tasa sariwang gatas
- 1 kutsarang chia seeds
- 1/2 kutsarang buto ng poppy
- 2 kutsarang Greek yogurt
- 1/2 kutsarita ng vanilla flavoring
- 1 kutsarang pulot
- chocolate chips, para sa topping
- toasted peanuts, Tinadtad, para sa topping
- mabilis na natutunaw na keso, gadgad, para sa topping
- 1 drop ube flavoring, o ayon sa panlasa

MGA TAGUBILIN:

a) Mash ang saging. Paghaluin ang 1 kutsara ng ube halaya at ube flavoring kung gagamitin. Magdagdag ng mga lumang rolled oats, gatas, chia seeds, poppy seeds, Greek yogurt, vanilla, at honey.

b) Haluin ang halo hanggang sa maayos na pinagsama.

c) Sa isang garapon o basong baso, pahiran ang natitirang ube halaya sa mga gilid ng baso.

d) Punan ang baso ng pinaghalong oat. Magdagdag ng mga toppings ayon sa gusto mo. Takpan at hayaang umupo sa refrigerator magdamag.

e) Sa susunod na umaga, magdagdag ng karagdagang sariwang gatas bago kumain.

MERYenda at pampagana

58. Greek Yogurt Covered Pretzels

MGA INGREDIENTS:
- Pretzel rods o pretzel twists
- Greek yogurt (plain o may lasa)
- Mga sprinkle o kulay na asukal (opsyonal)

MGA TAGUBILIN:

a) Iguhit ang isang baking sheet na may parchment paper.

b) Isawsaw ang mga pretzel sa Greek yogurt, pinahiran ang mga ito sa kalahati.

c) Ilagay ang yogurt-covered pretzel sa inihandang baking sheet.

d) Kung ninanais, magwiwisik ng mga sprinkle o may kulay na asukal sa ibabaw ng yogurt coating.

e) Ilagay ang baking sheet sa refrigerator sa loob ng mga 30 minuto o hanggang sa tumigas ang yogurt.

f) Kapag tumigas na, ilagay ang mga pretzel na natatakpan ng yogurt sa lunchbox.

59.Mga herb fritter na may yogurt apricot dip

MGA INGREDIENTS:
- 3 Itlog; pinalo ng mahina
- 150 gramo ng Mozzarella; gadgad
- 85 gramo ng Freshly grated Parmesan
- 125 gramo ng sariwang breadcrumbs
- ½ pulang sibuyas; pinong tinadtad
- ¼ kutsarita Red chili flakes
- 2 kutsarang sariwang marjoram
- 2 kutsarang halos tinadtad na chives
- 5 kutsarang tinadtad na flat-leaf parsley
- 1 dakot na dahon ng rocket; halos tinadtad
- 1 dakot ng dahon ng baby spinach; tinadtad
- Asin at paminta at langis ng mirasol
- 500-gramo na batya ng Greek yogurt
- 12 Mga pinatuyong aprikot na handa nang kainin; pinong diced
- 2 sibuyas ng bawang at tinadtad na sariwang mint

MGA TAGUBILIN:

a) Paghaluin ang mga sangkap ng fritter, maliban sa mantika at mantikilya, hanggang sa makapal at medyo solid. Itali ng breadcrumbs kung mamasa-masa.

b) Paghaluin ang mga sangkap ng sarsa bago gamitin.

c) Ibuhos ang 1cm/ ½" mantika sa isang kawali, idagdag ang mantikilya, at init hanggang malabo.

d) Maghulma ng mga hugis-itlog na fritter, na pinindot nang mahigpit gamit ang iyong kamay upang siksikin ang mga ito.

e) Iprito sa mantika ng 2-3 minuto hanggang sa malutong.

60. Lemon Donuts na may Pistachios

MGA INGREDIENTS:
PARA SA MGA DONUTS:
- Nonstick cooking spray
- ½ tasa ng butil na asukal
- Grated zest at juice ng 1 lemon
- 1 ½ tasang all-purpose na harina
- ¾ kutsarita ng baking powder
- ¼ kutsarita ng baking soda
- ¼ kutsarita ng asin
- ⅓ tasa ng buttermilk
- ⅓ tasa ng buong gatas
- 6 Tbs. unsalted butter, sa temperatura ng kuwarto
- 1 itlog
- 2 kutsarita ng vanilla extract

PARA SA GLAZE
- ½ tasa ng plain Greek yogurt o iba pang whole milk yogurt
- Grated zest ng 1 lemon
- ¼ kutsarita ng asin
- 1 tasa ng asukal sa mga confectioner
- ½ tasang toasted pistachios, tinadtad

MGA TAGUBILIN:
a) Para gawin ang Donuts, painitin muna ang oven sa 375°F.
b) Pahiran ng nonstick cooking spray ang mga balon ng isang Donut pan.
c) Sa isang maliit na mangkok, pagsamahin ang granulated sugar at lemon zest. Gamit ang iyong mga daliri, kuskusin ang zest sa asukal. Sa isa pang mangkok, haluin ang harina, baking powder, baking soda at asin. Sa isang measuring cup, haluin ang buttermilk, whole milk at lemon juice.
d) Sa mangkok ng isang stand mixer na nilagyan ng paddle attachment, talunin ang pinaghalong asukal at mantikilya sa katamtamang bilis hanggang sa magaan at malambot, mga 2 minuto. Kuskusin ang mga gilid ng mangkok. Idagdag ang itlog at banilya at talunin sa katamtamang bilis hanggang sa pinagsama, mga 1 minuto.

e) Sa mababang bilis, idagdag ang pinaghalong harina sa 3 mga karagdagan, na kahalili ng pinaghalong gatas at nagsisimula at nagtatapos sa harina. Talunin ang bawat karagdagan hanggang sa pinaghalo lamang.

f) Ibuhos ang 2 Tbs. batter sa bawat inihandang mabuti. Maghurno, paikutin ang kawali nang 180 degrees sa kalagitnaan ng pagluluto, hanggang sa lumabas na malinis ang isang toothpick na ipinasok sa Donuts, mga 10 minuto. Hayaang lumamig sa kawali sa isang cooling rack sa loob ng 5 minuto, pagkatapos ay baligtarin ang mga Donut sa rack at hayaang lumamig nang buo. Samantala, hugasan at patuyuin ang kawali at ulitin upang i-bake ang natitirang batter.

g) Upang gawin ang glaze, sa isang mangkok, haluin ang yogurt, lemon zest at asin. Idagdag ang asukal ng mga confectioner at haluin hanggang sa makinis at mahusay na pinaghalo. Isawsaw ang Donuts, itaas na bahagi pababa, sa glaze, iwiwisik ang mga pistachio, at ihain.

61. Mga Tiramisu Protein Bar

MGA INGREDIENTS:
BASE:
- ⅓ tasa ng Oat Flour
- 1 sheet Graham Crackers, Durog
- ½ scoop ng Vanilla Protein Powder
- ½ scoop na Unflavored Protein Powder
- 2 kutsarang Coconut Flour
- ¼ tasa ng Unsweetened Almond Milk

COFFEE CARAMEL:
- 2 kutsarang Peanut Butter Powder
- 1 kutsara + 1 kutsarita Cashew Butter
- 1½ kutsarang Vanilla Protein Powder
- 1½ kutsarang Unflavored Protein Powder
- 1½ kutsarita ng Instant na Kape
- ¾ kutsarang Maple Syrup
- ¾ kutsarang Tubig
- ⅛ kutsarita Vanilla Extract

CREAM CHEESE:
- 6 na kutsarang Non-fat Greek Yogurt
- 3 ounces Reduced Fat Cream Cheese
- ½ scoop Vanilla Protein Powder, Whey-Casein
- 2 kutsarang Coconut Flour
- Cocoa Powder para sa pag-aalis ng alikabok

MGA TAGUBILIN:
a) Iguhit ang isang kawali na may parchment paper; mag-iwan ng overhang upang iangat sa ibang pagkakataon.
b) Painitin ang oven sa 350°F.

BASE:
a) Sa isang food processor, pagsamahin ang oat flour, durog na graham cracker, vanilla protein powder, unflavored protein powder, at coconut flour.
b) Ilipat sa isang mangkok, idagdag sa almond milk, at ihalo.
c) Ang timpla ay dapat na makapal ngunit medyo malagkit tulad ng kuwarta.
d) Ilipat sa inihandang kawali at pindutin pababa.
e) Maghurno ng 10 minuto, pagkatapos ay palamig ng halos 10 minuto:

COFFEE CARAMEL:
a) Sa parehong mangkok, paghaluin ang peanut butter powder, almond butter, vanilla protein powder, unflavored protein powder, instant coffee, maple syrup, tubig, at vanilla.
b) Ikalat sa ibabaw ng base layer at gamitin ang likod ng isang kutsara upang makinis.

PROTEIN CREAM CHEESE:
a) Sa isang mangkok, pagsamahin ang pinalambot na cream cheese, Greek yogurt, protein powder, at coconut flour.
b) Ikalat sa base.
c) Ilipat sa freezer para lumamig ng mga 5-10 minuto.
d) Budburan ang Cocoa Powder, gupitin sa 8 hiwa, at ihain.

62. Tiramisu Muffins

MGA INGREDIENTS:
MUFFINS
- 2 tasang all-purpose na harina
- 2 kutsarang cocoa powder
- 1 kutsarang baking powder
- 3 kutsarang espresso powder
- 10 kutsarang unsalted butter, pinalambot
- 1 tasang Extra Fine Granulated Sugar
- 2 itlog
- ½ tasa ng mascarpone
- ½ tasa plain Greek yogurt
- 1 tasang gatas

TOPPING
- 2 kutsarang cocoa powder

MGA TAGUBILIN:

a) Painitin muna ang oven sa 375°F. Linya ng muffin tin na may mga paper liner, at itabi.

b) Sa isang malaking mangkok, haluin ang harina, kakaw, baking powder, at espresso powder.

c) Sa mangkok ng isang panghalo, talunin ang mantikilya at asukal nang magkasama hanggang sa magaan at malambot. Kuskusin ang mga gilid ng mangkok kung kinakailangan.

d) Magdagdag ng mga itlog nang paisa-isa, matalo nang mabuti pagkatapos ng bawat karagdagan.

e) Talunin ang mascarpone at Greek yogurt hanggang sa ganap na pinagsama. Palitan ang pinaghalong harina at gatas at haluing mabuti.

f) Punan ang muffin liners ng ¾ ng buong paraan at maghurno ng 25-30 minuto o hanggang sa malinis na lumabas ang isang toothpick na inilagay sa gitna.

g) Budburan ng cocoa powder sa ibabaw.

63. Spinach At Feta Donuts

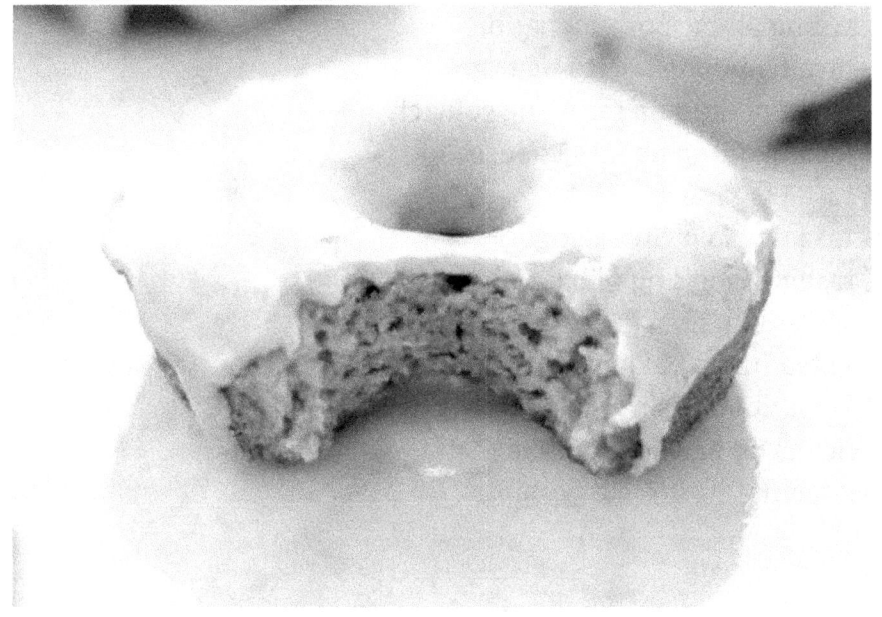

MGA INGREDIENTS:
- 1 tasang all-purpose na harina
- ½ tasa ng buong harina ng trigo
- ½ tasa tinadtad na sariwang spinach
- ½ tasang durog na feta cheese
- ⅓ tasa ng gatas
- ⅓ tasa ng plain Greek yogurt
- ¼ tasa ng langis ng oliba
- 1 kutsarita ng baking powder
- ½ kutsarita ng baking soda
- ¼ kutsarita ng asin
- 2 cloves ng bawang, tinadtad
- ¼ kutsarita ng itim na paminta

MGA TAGUBILIN:

a) Painitin muna ang oven sa 350°F (180°C).

b) Sa isang malaking mangkok, haluin ang mga harina, baking powder, baking soda, asin, at itim na paminta.

c) Sa isa pang mangkok, paghaluin ang tinadtad na spinach, crumbled feta cheese, gatas, Greek yogurt, langis ng oliba, tinadtad na bawang.

d) Idagdag ang mga basang sangkap sa mga tuyong sangkap at ihalo hanggang sa pagsamahin lamang.

e) Ilagay ang batter sa isang greased donut pan at maghurno sa loob ng 12-15 minuto, o hanggang malinis ang isang toothpick na ipinasok sa gitna.

f) Hayaang lumamig sa kawali sa loob ng 5 minuto bago alisin sa wire rack upang ganap na lumamig.

64. Glazed Fluffy Chocolate Donuts

MGA INGREDIENTS:
- 1 ¾ tasa ng harina
- 1 ½ kutsarita ng baking powder
- ½ kutsarita ng asin
- 1 kutsarita ng kanela
- 1 kutsarita ng kalabasa na pampalasa
- 2 kutsarang langis ng niyog o langis ng gulay
- ⅓ tasa ng vanilla Greek yogurt
- ½ tasa light brown sugar
- 1 itlog
- 2 kutsarita Baileys o vanilla
- ¾ tasa ng de-latang kalabasa
- ½ tasa ng vanilla almond milk

BAILEYS GLAZE
- 2 tasang may pulbos na asukal ng mga confectioner
- 3 takip ng Baileys
- 1 kutsarang vanilla almond milk

MGA TAGUBILIN:

a) Painitin ang oven 350° F. I-spray ang iyong Donut pan ng non-stick spray at itabi.

b) Sa isang mangkok, haluin ang harina, baking powder, asin at pampalasa at itabi.

c) Sa isang malaking mangkok, haluin ang mantika, Greek yogurt, brown sugar, itlog, vanilla, pumpkin at almond milk hanggang sa pinagsama. Dahan-dahang idagdag ang mga tuyong sangkap sa pinaghalong at haluin hanggang sa pagsamahin lamang, mag-ingat na huwag mag-over mix o ang mga donut ay magiging matigas at chewy.

d) Gamit ang isang pastry bag o isang plastic baggie na pinutol ang sulok, i-pipe ang batter sa bawat Donut cup, mga ⅔ puno, ngunit hindi umaapaw.

e) Maghurno ng 11 - 13 minuto, hanggang sa bumalik ang mga donut kapag pinindot nang dahan-dahan. Ilabas ang mga donut sa wire rack at hayaang lumamig nang buo.

f) Habang lumalamig ang mga donut, gawing glaze ang Baileys.

BAILEYS GLAZE

g) Pagsamahin ang lahat ng sangkap sa isang maliit na mangkok at haluin hanggang makinis.

h) Kapag ganap nang lumamig ang mga Donut, isawsaw ang tuktok ng bawat Donut sa glaze at ibalik sa wire rack.

65. Mga Air Fryer Pop-Tarts

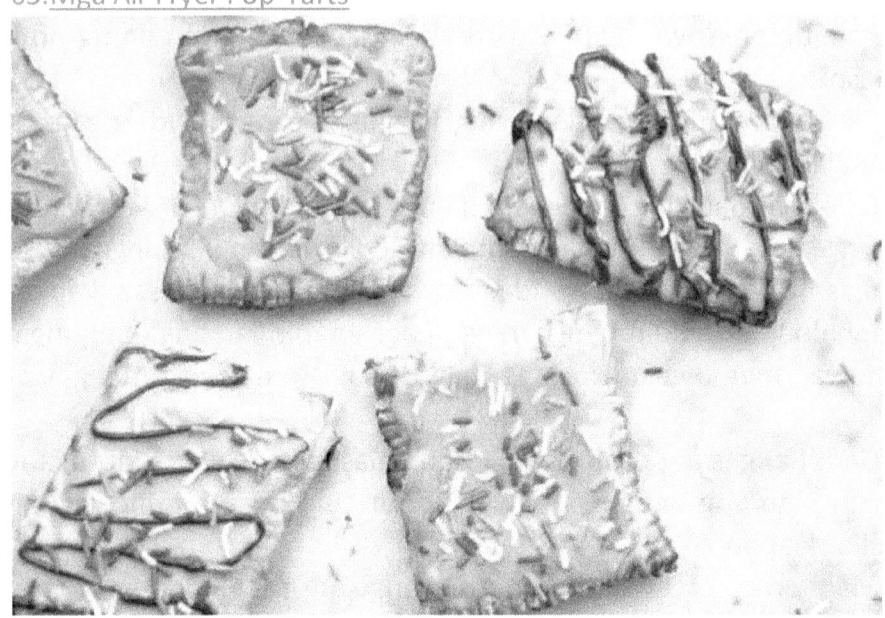

MGA INGREDIENTS:
POP TARTS
- 2 tasang Self-Rising Flour
- 2 tasang Greek Yogurt
- Strawberry Jam
- Nutella
- 1 Saging

GLAZE:
- ½ tasang Powdered Sugar
- 1 kutsarang Cream
- 1 kutsarita ng Vanilla
- Pangkulay ng Pagkain na Pula
- 1 kutsarang mainit na tubig
- Nutella
- Nagwiwisik ang bahaghari

MGA TAGUBILIN:

a) Magsimula sa pamamagitan ng pagsasama-sama ng harina at Greek yogurt upang gawin ang iyong kuwarta. Knead hanggang sa ito ay bumuo ng bola pagkatapos ay igulong sa ibabaw ng floured at gupitin sa 16 na parihaba.

b) Para sa iyong strawberry pop tarts magdagdag ng ilang kutsarita ng strawberry jam sa 4 ng mga parihaba. Takpan ng isa pang parihaba at kurutin ang mga gilid na sarado gamit ang isang tinidor.

c) Para sa Nutella pop tarts magdagdag ng ilang kutsarita ng Nutella sa 4 na parihaba at ilang manipis na hiwa ng saging. Takpan ng isa pang parihaba at kurutin ang mga gilid na sarado gamit ang isang tinidor.

d) Air fry sa 400 para sa mga 8-10 minuto. Suriin ang kalahating marka at i-flip.

e) Para gawin ang strawberry glaze, pagsamahin ang ¼ cup powdered sugar, cream, vanilla, at isang patak ng food coloring. Kapag pinaghalo, ikalat sa pop tarts at itaas na may sprinkles.

f) Para matapos ang Nutella pop tarts pagsamahin ang natitirang powdered sugar at maligamgam na tubig. Pagkatapos ay ikalat ito sa mga pop tarts.

g) Hayaang tumigas ng kaunti ang glaze at handa na silang ihain!

DIPS

66.Limoncello Greek Yogurt Dip

MGA INGREDIENTS:
- 1 tasa ng Greek yogurt
- 2 kutsarang Limoncello liqueur
- Sarap ng 1 lemon
- 1 kutsarang pulot (opsyonal)
- Sari-saring sariwang prutas, cookies, o crackers para isawsaw

MGA TAGUBILIN:

a) Sa isang mangkok, pagsamahin ang Greek yogurt, Limoncello, lemon zest, at honey (kung gusto). Haluin hanggang maihalo.

b) Palamigin ang sawsaw nang hindi bababa sa 30 minuto upang payagan ang mga lasa na maghalo.

c) Ihain ang Limoncello yogurt dip na may mga sariwang prutas, cookies, o crackers para isawsaw.

d) I-enjoy ang creamy at tangy dip na may pahiwatig ng Limoncello.

67. Lunchbox Strawberry Yogurt Dip

MGA INGREDIENTS:
- 1 tasa ng Greek yogurt
- ½ tasang minasa na strawberry
- 1 kutsarang pulot o maple syrup
- ½ kutsarita vanilla extract

MGA TAGUBILIN:

a) Sa isang mangkok, pagsamahin ang Greek yogurt, mashed strawberries, honey o maple syrup, at vanilla extract.

b) Haluing mabuti hanggang sa makinis at maayos na pinagsama.

c) I-pack ang malusog na strawberry yogurt dip sa isang maliit na lalagyan kasama ng sariwang prutas o whole-grain crackers para isawsaw.

68. Ranch dip

MGA INGREDIENTS:
- 1 tasa ng mayonesa
- ½ tasa plain Greek yogurt
- 1½ kutsarita ng pinatuyong chives
- 1½ kutsarita ng tuyo na perehil
- 1½ kutsarita ng tuyo na dill
- ¾ kutsarita ng butil na bawang
- ¾ kutsarita ng butil na sibuyas
- ½ kutsarita ng asin
- ¼ kutsarita ng itim na paminta

MGA TAGUBILIN:
a) Pagsamahin ang lahat ng sangkap sa isang maliit na mangkok.
b) Hayaang umupo sa refrigerator ng 30 minuto bago ihain.

69.Bawang at bacon dip

MGA INGREDIENTS:
- 8 hiwa ng bacon na walang idinagdag na asukal
- 2 tasang tinadtad na spinach
- 1 (8-onsa) na pakete ng cream cheese, pinalambot
- ¼ tasa ng full-fat sour cream
- ¼ tasa plain full-fat Greek yogurt
- 2 kutsarang tinadtad na sariwang perehil
- 1 kutsarang lemon juice
- 6 cloves inihaw na bawang, minasa
- 1 kutsarita ng asin
- ½ kutsarita ng itim na paminta
- ½ tasang gadgad na Parmesan cheese

MGA TAGUBILIN:
a) Painitin ang oven sa 350°F.
b) Magluto ng bacon sa katamtamang kawali sa katamtamang init hanggang malutong. Alisin ang bacon mula sa kawali at itabi sa isang plato na nilagyan ng mga tuwalya ng papel.
c) Magdagdag ng spinach sa mainit na kawali at lutuin hanggang matuyo. Alisin sa init at itabi.
d) Sa isang medium na mangkok, magdagdag ng cream cheese, sour cream, yogurt, parsley, lemon juice, bawang, asin, at paminta at talunin gamit ang isang hand-held mixer hanggang sa pinagsama.
e) Hugasan ang bacon at ihalo sa cream cheese mixture. Haluin ang spinach at Parmesan cheese.
f) Ilipat sa isang 8" × 8" na baking pan at maghurno ng 30 minuto o hanggang mainit at mabula.

70. Confetti Cake Batter Dip

MGA INGREDIENTS:
- 1 kahon ng vanilla cake mix
- 1 ½ tasa plain Greek yogurt
- 1 tasang whipped topping (tulad ng Cool Whip)
- ½ tasang rainbow sprinkles
- Graham crackers, cookies, o prutas para sa paglubog

MGA TAGUBILIN:
a) Sa isang mixing bowl, pagsamahin ang vanilla cake mix, plain Greek yogurt, at whipped topping. Haluin hanggang sa maayos at makinis.
b) Dahan-dahang tiklupin ang mga sprinkle ng bahaghari, mag-ingat na huwag mag-overmix.
c) Ilipat ang sawsaw sa isang serving bowl at palamutihan ng karagdagang sprinkles sa itaas.
d) Ihain kasama ng graham crackers, cookies, o prutas para isawsaw.
e) Tangkilikin ang maligaya at nakakatuwang confetti cake batter dip!

71. Hibiscus Yogurt Dip

MGA INGREDIENTS:
- 1 tasa ng Greek yogurt o yogurt na nakabatay sa halaman
- 2 kutsarang hibiscus syrup o hibiscus tea concentrate
- 1 kutsarang pulot o pampatamis na gusto mo
- Mga sariwang prutas, tulad ng mga hiwa ng mansanas, berry, o mga tipak ng pinya, para isawsaw

MGA TAGUBILIN:
a) Sa isang mangkok, paghaluin ang Greek yogurt, hibiscus syrup o tea concentrate, at honey hanggang sa maayos na pagsamahin.
b) Ihain ang hibiscus yogurt dip kasama ng mga sariwang hiwa o tipak ng prutas.
c) Isawsaw ang mga prutas sa hibiscus yogurt dip para sa creamy at tangy na meryenda.
d) Tangkilikin ang hibiscus-infused yogurt dip bilang isang nakakapresko at masustansyang opsyon sa meryenda.

72. Grapefruit at Yogurt Dip

MGA INGREDIENTS:
- 1 grapefruit, naka-segment
- 1 tasa plain Greek yogurt
- 1 kutsarang pulot
- ¼ kutsarita ng giniling na kanela

MGA TAGUBILIN:

a) Sa isang medium mixing bowl, haluin ang Greek yogurt, honey, at cinnamon.

b) Dahan-dahang tiklupin ang mga segment ng grapefruit.

c) Ihain kasama ng hiniwang mansanas, peras, o crackers.

73. Mint Yogurt Sauce

MGA INGREDIENTS:
- 1 tasa plain Greek yogurt
- ¼ tasa tinadtad na sariwang dahon ng mint
- 1 sibuyas na bawang, tinadtad
- 1 kutsarang lemon juice
- Asin at paminta para lumasa

MGA TAGUBILIN:
a) Sa isang mangkok, haluin ang Greek yogurt, tinadtad na dahon ng mint, tinadtad na bawang, at lemon juice hanggang sa maayos na pinagsama.
b) Timplahan ng asin at paminta ang mint yogurt sauce ayon sa panlasa.
c) Ihain ang mint yogurt sauce bilang pampalasa na may mga inihaw na karne, at inihaw na gulay, o bilang isang sawsaw para sa mga chips o gulay.

PANGUNAHING PAGKAIN

74. Hibiscus Black Bean Soup

MGA INGREDIENTS:
- 2 tasang nilutong black beans
- 4 tasang sabaw ng gulay
- 1 tasang diced na kamatis (naka-kahong o sariwa)
- ½ tasa ng diced bell peppers
- ½ tasa ng diced sibuyas
- 2 cloves ng bawang, tinadtad
- 2 kutsarang langis ng oliba
- 2 kutsarang hibiscus tea (malakas na brewed at pinalamig)
- 1 kutsarita ng ground cumin
- ½ kutsarita ng sili na pulbos
- Asin at paminta para lumasa
- Sariwang cilantro para sa dekorasyon
- Sour cream o Greek yogurt

MGA TAGUBILIN:

a) Sa isang malaking kaldero, init ang langis ng oliba sa katamtamang init. Idagdag ang tinadtad na sibuyas, kampanilya, at tinadtad na bawang.

b) Igisa hanggang sa maging translucent ang sibuyas at bahagyang lumambot ang paminta.

c) Idagdag ang nilutong black beans, diced tomatoes, vegetable broth, hibiscus tea, ground cumin, at chili powder sa palayok. Haluing mabuti para pagsamahin.

d) Pakuluan ang pinaghalong, pagkatapos ay bawasan ang apoy at kumulo ng mga 15-20 minuto upang hayaang maghalo ang mga lasa.

e) Gamit ang isang immersion blender o isang countertop blender, timpla ang sopas hanggang makinis at mag-atas. Kung gumagamit ng isang countertop blender, magtrabaho sa mga batch at mag-ingat sa paghahalo ng mainit na likido.

f) Ibalik ang sabaw sa kaldero at timplahan ng asin at paminta ayon sa panlasa. Pakuluan ng karagdagang 5 minuto.

g) Ilagay ang hibiscus-infused black bean soup sa mga mangkok at palamutihan ng sariwang cilantro.

h) Magdagdag ng isang piraso ng sour cream o Greek yogurt.

i) Ihain nang mainit kasama ng crusty bread o tortilla chips.

75. Lamb Meatloaf na May Yogurt Sauce

MGA INGREDIENTS:
YOGURT SAUCE
- 1 sibuyas ng bawang, pinong gadgad
- 1½ tasang plain Greek yogurt
- 2 kutsarang langis ng oliba
- 2 kutsarita sariwang lemon juice
- 2 kutsarita ng pulot
- Kosher na asin

MEATLOAF AT ASSEMBLY
- Langis ng oliba
- 5 scallion, 3 pinong tinadtad, 2 manipis na hiniwa sa dayagonal
- 1 malaking itlog
- 2 kutsarang tomato paste
- 1 kutsarita ng ground coriander
- 1 kutsarita ng ground cumin
- ¼ kutsarita ng giniling na kanela
- 2 kutsarang tinadtad na cilantro, kasama ang ⅓ tasang dahon ng cilantro
- 2 kutsarang tinadtad na perehil, kasama ang ⅓ tasang dahon ng perehil
- ½ kutsarita ng mainit na pinausukang Spanish paprika
- 1½ libra ng giniling na tupa
- Kosher na asin
- 1 kutsarita sariwang lemon juice

MGA TAGUBILIN:
YOGURT SAUCE
a) Paghaluin ang bawang, yogurt, langis, lemon juice, at honey sa isang maliit na mangkok; timplahan ng asin ang sarsa.
b) Takpan at palamigin habang ginagawa mo ang meatloaf.

MEATLOAF AT ASSEMBLY
c) Painitin ang hurno sa 350°. Lagyan ng parchment ang isang baking sheet at magsipilyo ng mantika. Paghaluin ang tinadtad na scallion, itlog, tomato paste, kulantro, kumin, kanela, 2 kutsarang tinadtad na cilantro, 2 kutsarang tinadtad na perehil, at ½ kutsarita ng paprika sa isang medium na mangkok.
d) Ilagay ang tupa sa isang malaking mangkok, pagkatapos ay dahan-dahang pindutin ang mga gilid ng mangkok. Gamit ang iyong mga daliri,

lumikha ng maliliit na dimples sa karne at masaganang budburan ng asin, itinaas ang iyong kamay sa itaas ng mangkok upang ang asin ay pantay na ipinamahagi. Magdagdag ng scallion mixture sa mangkok at tiklupin ang karne pababa at sa ibabaw ng timpla. Paghaluin gamit ang iyong mga kamay hanggang sa pantay na ibinahagi. Ilipat ang meatloaf mixture sa inihandang baking sheet at bumuo ng halos 8x3½" log. I-brush ang meatloaf na may mantika at maghurno hanggang sa lumabas ang mga juice at ang instant-read na thermometer na ipinasok sa pinakamakapal na bahagi ay nagrerehistro ng 140°, 35–40 minuto.

e) Alisin ang meatloaf mula sa oven at taasan ang temperatura ng oven sa 500°. (Hayaan ang oven na umabot sa temperatura bago ibalik ang meatloaf. Ito ay magbibigay sa iyo ng mas magandang pag-browning sa ibabaw nang hindi nag-overcooking.) Maghurno ng meatloaf hanggang mag-brown ang ibabaw at ang instant-read na thermometer ay nagrerehistro ng 160°, mga 5 minuto. Ilipat ang meatloaf sa cutting board at hayaang magpahinga ng 10 minuto bago hiwain.

f) Samantala, ihagis ang hiniwang scallion, lemon juice, ⅓ cup cilantro leaves, at ⅓ cup parsley leaves sa isang maliit na mangkok upang pagsamahin. Magpahid ng kaunting mantika; timplahan ng asin at ihagis muli.

g) Ikalat ang yogurt sa isang pinggan at ayusin ang mga hiwa ng meatloaf. Ibabaw ng herb salad at budburan ng paprika.

76.Balot ng salmon at itlog

MGA INGREDIENTS:
- 2 malalaking itlog ng British Lion, pinalo
- 1 kutsarang tinadtad na sariwang dill o chives
- Isang kurot ng asin at sariwang giniling na itim na paminta
- Isang ambon ng langis ng oliba
- 2 kutsarang Greek yogurt na walang taba
- Isang maliit na gadgad na sarap at isang piga ng lemon juice
- 40g pinausukang salmon, hiniwa sa mga piraso
- Isang dakot ng watercress, spinach, at rocket leaf salad

MGA TAGUBILIN:

a) Sa isang pitsel talunin ang mga itlog, damo, asin, at paminta. Mag-init ng non-stick frying pan, ilagay ang mantika, at pagkatapos ay ibuhos ang mga itlog at lutuin ng isang minuto o hanggang ang itlog sa itaas ay tumubo.

b) I-flip at lutuin ng isa pang minuto hanggang sa maging ginintuang ang base. Ilipat sa isang board upang palamig.

c) Paghaluin ang yogurt na may lemon zest at juice at maraming ground black pepper. Ikalat ang pinausukang salmon sa ibabaw ng egg wrap, itaas ang mga dahon, at ibuhos ang yogurt mix.

d) I-roll up ang egg wrap at balutin ito sa papel para ihain.

77. Lemony Rice na may Pan-Fried Salmon

MGA INGREDIENTS:
BIGAS
- 2 tasang bigas
- 4 tasang sabaw ng manok
- ½ kutsarita puting paminta
- ½ kutsarita ng bawang pulbos
- 1 maliit na puting sibuyas, pinong tinadtad
- 1 kutsarita ng pinong gadgad na lemon zest
- 2 tablespoons lemon juice, sariwang kinatas

SALMON
- 4 na fillet ng salmon, tinanggal ang pin bones
- Asin at paminta para lumasa
- 2 kutsarang extra virgin olive oil

DILL SAUCE
- ½ tasa ng Greek yogurt, mababang-taba na iba't
- 1 tablespoons lemon juice, sariwang kinatas
- 1 tablespoons spring onion, pinong tinadtad
- 2 kutsarang sariwang dahon ng dill, pinong tinadtad
- 1 kutsarita sariwang lemon zest

MGA TAGUBILIN:

a) Paghaluin ang lahat ng mga sangkap para sa dill sauce sa isang maliit na mangkok. Ilagay sa refrigerator nang hindi bababa sa 15 minuto.

b) Sa isang medium-sized na kaldero, pakuluan ang sabaw ng manok. Idagdag ang kanin, bawang, sibuyas, at puting paminta, at dahan-dahang ihalo.

c) Takpan ang kaldero at lutuin hanggang masipsip ng kanin ang lahat ng sabaw ng manok.

d) Kapag ang sabaw ay na-absorb na, ilagay ang lemon zest at juice at haluing mabuti upang pagsamahin. Ibalik ang takip at lutuin ang kanin ng 5 minuto pa.

e) Sa isang malaking kawali, painitin ang langis ng oliba sa mahinang apoy. Timplahan ng asin at paminta ang salmon bago iprito. Lutuin ang salmon ng 5-8 minuto sa bawat panig o hanggang sa nais na antas ng pagiging handa.

f) Ihain ang piniritong salmon na may kanin at sarsa.

78.Minty salmon salad

MGA INGREDIENTS:
- 213 gramo ng Canned red Alaska salmon
- 2 Ang hinog na mga avocado ay binalatan at hinati
- 1 Lime; naka juice
- 25 gramo Curly endive
- 50 gramo ng pipino; binalatan at tinadtad
- ½ kutsarita sariwang tinadtad na mint
- 2 kutsarang Greek yogurt
- Alisan ng tubig ang lata ng salmon, hatiin ang isda sa malalaking mga natuklap, at itabi.

MGA TAGUBILIN:

a) Alisin ang mga bato ng avocado. Hiwain nang pahaba mula sa bilugan na dulo. Huwag hiwain nang buo sa makitid na dulo.

b) Hatiin ang bawat kalahati sa 5 piraso, ilagay sa isang serving plate, at ikalat ang mga hiwa na parang fan.

c) Brush na may lime juice.

d) Ayusin ang endive sa mga plato at ilagay ang salmon flakes sa itaas.

e) Paghaluin ang pipino, mint, at yogurt. Ibuhos sa salad.

f) Ihain nang sabay-sabay.

79. Layered fruit at prawn salad

MGA INGREDIENTS:
- 1 Hinog Galia melon, quartered at buto
- 1 malaking hinog na mangga, binalatan at hiniwa
- 200-gramo na napakalaking hipon, na-defrost
- 4 na kutsarang Natural Greek yogurt
- 1 kutsarang Tomato o Sun-dried tomato puree
- 2 kutsarang Gatas
- Asin at sariwang giniling na itim na paminta
- 2 kutsarang sariwang tinadtad na kulantro

MGA TAGUBILIN:

a) Alisin ang laman mula sa quarters ng melon sa isang piraso at gupitin ang lapad sa 4-5 na hiwa. Ilagay ang melon sa hiniwang mangga upang bumuo ng kalahating bilog sa apat na plato.

b) Hatiin ang mga hipon sa bawat kalahating bilog ng prutas.

c) Paghaluin ang mga sangkap ng dressing at ibuhos sa isang gilid ng prutas upang bumuo ng isang kaakit-akit na pattern. Budburan ng kulantro at palamigin hanggang kinakailangan.

80.Malusog na Dragon Fruit Waldorf Salad

MGA INGREDIENTS:
- 1 malaki, hinog na dragon fruit
- ⅓ tasa ng 2-porsiyento na Greek yogurt
- 2 kutsarang mayonesa
- Juice ng ½ lemon
- 1 kutsarita ng pulot
- ½ kutsarita ng sariwang gadgad na luya
- ½ kutsarita ng kosher na asin
- 1 maliit na Granny Smith na mansanas, itinadtad at hiniwa sa ½ pulgadang piraso
- ½ tasang pulang ubas na walang binhi, hinati
- ½ tasa sariwang dahon ng cilantro, tinadtad
- ⅓ tasa ng kasoy, halos tinadtad
- 4 na dahon ng Bibb o iceberg lettuce

MGA TAGUBILIN:

a) I-quarter ang dragon fruit sa haba. Ilapat ang iyong daliri sa ilalim ng balat, hilahin ito pabalik, at balatan ito sa 1 piraso. Gupitin ang bawat quarter sa ¼-pulgada ang kapal na tatsulok.

b) Pagsamahin ang yogurt, mayonesa, lemon juice, honey, luya, at asin sa isang malaking mangkok. Idagdag ang mga mansanas, ubas, ¾ ng mga piraso ng dragon fruit, at ¾ ng parehong cilantro at cashews. Ihagis upang pagsamahin, at palamigin hanggang sa pinalamig mga 1 oras.

c) Maglagay ng dahon ng lettuce sa bawat isa sa 4 na maliliit na mangkok, at itaas ang bawat isa ng isang scoop ng salad. Palamutihan ng natitirang dragon fruit, cilantro, at cashews.

81. Dragon Fruit at Crab Salad

MGA INGREDIENTS:
- 1 dragon fruit, diced
- ½ libra bukol na karne ng alimango
- ¼ tasa ng mayonesa
- ¼ tasa ng Greek yogurt
- 2 kutsarang tinadtad na chives
- 1 kutsarang lemon juice
- Asin at paminta para lumasa

MGA TAGUBILIN:
a) Sa isang medium na mangkok, pagsamahin ang mayonesa, Greek yogurt, chives, lemon juice, asin, at paminta.
b) Dahan-dahang tiklupin ang diced dragon fruit at lump crab meat.
c) Palamigin nang hindi bababa sa 30 minuto bago ihain.

82.Sariwang Prutas Tacos

MGA INGREDIENTS:
- Whole wheat tortillas (maliit)
- Tubig
- Ground cinnamon
- Asukal
- Greek yogurt (lasa ng vanilla)
- Ang iyong pinili ng sariwang prutas (diced):
- Strawberries
- Mga mangga
- Mga pinya
- Kiwi

MGA TAGUBILIN:

a) Painitin muna ang oven sa 325°F.

b) Gamit ang isang bilog, plastic na cookie cutter, gupitin ang maliliit na bilog mula sa buong wheat tortillas (approx. 2 bawat maliit na tortilla).

c) Ilagay ang maliliit na tortilla na ito sa isang baking pan. Maglagay ng tubig sa isang maliit na mangkok; bahagyang balutin ng tubig ang tuktok na bahagi ng tortillas, gamit ang isang basting brush.

d) Paghaluin ang isang maliit na halaga ng ground cinnamon at asukal sa isang mangkok; lagyan ng alikabok ang mga basa-basa na tortilla na may pinaghalong cinnamon at asukal.

e) Gamit ang mga sipit, isa-isang itali ang bawat tortilla sa wire rack sa toaster oven, na nagpapahintulot sa mga gilid ng tortilla na mahulog sa pagitan ng dalawang metal bar sa rack.

f) Maghurno humigit-kumulang. 5-7 minuto, pana-panahong suriin ang mga tortillas.

g) Gamit ang mga sipit, iangat ang mga tortilla mula sa rack at ilipat ang mga ito sa isang cooling rack; Ang mga tortilla ay dapat manatili sa nakabaligtad na posisyon na ito upang lumamig, na siyang huling hakbang sa pagbuo ng taco na hugis.

h) Ilipat ang pinalamig na taco shell sa isang plato at ilagay ang isang maliit na piraso ng vanilla Greek yogurt sa tortilla shell; gumamit ng kutsara upang pakinisin at takpan ang ilalim at gilid ng shell.

i) Sandok ang iyong paboritong prutas sa shell, at magsaya!

83.Mga maanghang na tuna bowl

MGA INGREDIENTS:
- 1 tasang long-grain brown rice
- 3 kutsarang mayonesa ng langis ng oliba
- 3 kutsarang Greek yogurt
- 1 kutsarang sriracha sauce, o higit pa sa panlasa
- 1 kutsarang katas ng kalamansi
- 2 kutsarita ng reduced-sodium soy sauce
- Dalawang 5-onsa na lata ng tuna ang pinatuyo at binanlawan
- Kosher salt at sariwang giniling na itim na paminta, sa panlasa
- 2 tasang ginutay-gutay na kale
- 1 kutsarang toasted sesame seeds
- 2 kutsarita ng toasted sesame oil
- 1½ tasang diced English cucumber
- ½ tasang adobo na luya
- 3 berdeng sibuyas, hiniwa nang manipis
- ½ tasang ginutay-gutay na inihaw na nori

MGA TAGUBILIN:

a) Magluto ng kanin ayon sa mga direksyon ng pakete sa 2 tasa ng tubig sa isang katamtamang kasirola, itabi.

b) Sa isang maliit na mangkok, haluin ang mayonesa, yogurt, sriracha, katas ng kalamansi, at toyo. Ibuhos ang 2 kutsara ng pinaghalong mayonesa sa pangalawang mangkok, takpan, at palamigin. Haluin ang tuna sa natitirang mayo mixture at dahan-dahang ihalo, timplahan ng asin at paminta ayon sa panlasa.

c) Sa isang medium na mangkok, pagsamahin ang kale, sesame seeds, at sesame oil, at timplahan ng asin at paminta ayon sa panlasa.

d) Hatiin ang bigas sa mga lalagyan ng paghahanda ng pagkain. Itaas ang pinaghalong tuna, pinaghalong kale, pipino, luya, berdeng sibuyas, at nori. Palamigin ng hanggang 3 araw.

e) Upang ihain, ibuhos ang pinaghalong mayonesa.

DESSERT

84. Snickers Frozen Yogurt

MGA INGREDIENTS:
- 2 tasang Greek yogurt
- ¼ tasang pulot
- ¼ tasang tinadtad na Snickers bar
- ¼ tasa ng inihaw na mani, tinadtad

MGA TAGUBILIN:

a) Sa isang mixing bowl, pagsamahin ang Greek yogurt at honey.

b) Haluin ang tinadtad na Snickers bar at inihaw na mani.

c) Ibuhos ang pinaghalong sa isang lalagyan na ligtas sa freezer.

d) I-freeze sa loob ng 2-3 oras, hinahalo tuwing 30 minuto upang maiwasan ang pagbuo ng mga kristal na yelo.

e) Kapag nagyelo, hayaan itong umupo sa temperatura ng kuwarto ng ilang minuto bago ihain.

85. Limoncello Blueberry Frozen Yogurt

MGA INGREDIENTS:
- 2 tasang plain Greek yogurt
- ½ tasa ng limoncello liqueur
- ½ tasang pulot
- 1 kutsarang sariwang lemon juice
- 1 tasang sariwang blueberries

MGA TAGUBILIN:

a) Sa isang mixing bowl, haluin ang Greek yogurt, Limoncello liqueur, honey, at lemon juice hanggang sa maayos na pinagsama.

b) Ibuhos ang halo sa isang gumagawa ng ice cream at i-churn ayon sa mga tagubilin ng gumawa.

c) Sa huling ilang minuto ng paghahalo, idagdag ang mga sariwang blueberries at ipagpatuloy ang paghahalo hanggang sa pantay na ipinamahagi.

d) Ilipat ang frozen na yogurt sa isang lalagyan ng airtight at i-freeze para sa karagdagang 2-3 oras upang matibay.

e) Ihain ang Limoncello frozen yogurt na may sariwang blueberries sa itaas.

86.Greek Yogurt Marshmallow Mousse

MGA INGREDIENTS:
- 250 g vodka-infused marshmallow
- 200 ML kalahati at kalahati
- ½ tasa ng Greek yogurt
- 3 patak ng purple food gel, opsyonal
- 3 patak ng pink na food gel, opsyonal
- 3 patak ng orange food gel, opsyonal

MGA TAGUBILIN:

a) Sa mahinang apoy, dahan-dahang lutuin ang mga marshmallow at 2 kutsara ng kalahati at kalahati sa isang maliit na kasirola habang patuloy na hinahalo. Madali silang masunog kaya bantayan sila.

b) Alisin sa init at patuloy na haluin kung mukhang masusunog ang mga ito.

c) Kapag natunaw na ang mga marshmallow at makinis na ang timpla, hayaang lumamig ng 5 minuto.

d) Idagdag ang natitirang kalahati at kalahati at yogurt at ihalo upang timpla.

e) Depende sa bilang ng mga layer, hatiin ang timpla sa pagitan ng mga bowl at kulay na may purple, pink, at orange na gel.

f) Upang mag-layer, dahan-dahang sandok ang unang layer sa mga serving glass. Palamigin ng 5-10 minuto. Ulitin sa natitirang mga layer.

g) Palamigin hanggang kailanganin.

87. Birthday Breakfast Sundaes

MGA INGREDIENTS:
- 2 tasang vanilla yogurt o Greek yogurt
- 1 tasang granola o cereal na gusto mo
- Mga sariwang berry (tulad ng mga strawberry, blueberry, o raspberry)
- Hiniwang saging
- Whipped cream
- Nagwiwisik ang bahaghari
- Maple syrup o honey (opsyonal)

MGA TAGUBILIN:
a) Sa mga indibidwal na serving bowl o baso, magsimula sa pamamagitan ng pagdaragdag ng isang layer ng vanilla yogurt sa ibaba.
b) Magwiwisik ng maraming granola o cereal sa ibabaw ng layer ng yogurt.
c) Magdagdag ng isang layer ng mga sariwang berry at hiniwang saging sa ibabaw ng granola.
d) Ulitin ang mga layer hanggang mapuno ang mga mangkok o baso, na nagtatapos sa isang layer ng yogurt sa itaas.
e) Itaas ang bawat sundae na may isang dollop ng whipped cream.
f) Magwiwisik ng rainbow sprinkles sa whipped cream upang magdagdag ng maligayang ugnayan.
g) Magpahid ng kaunting maple syrup o honey sa sundae para sa dagdag na tamis, kung ninanais.
h) Palamutihan ng karagdagang mga sariwang berry at isang sprinkle ng granola o cereal sa itaas.
i) Ihain kaagad ang birthday breakfast sundaes at tamasahin ang nakakatuwang kumbinasyon ng creamy yogurt, crunchy granola, at sariwang prutas.

88. Mango at yogurt tanga

MGA INGREDIENTS:
- 2 hinog na mangga, binalatan at hiniwa
- 2 kutsarang butil na asukal
- 1 tasang plain yogurt
- 1 tasang whipped cream
- 1 kutsarita vanilla extract
- Mga sariwang dahon ng mint, para sa dekorasyon (opsyonal)

MGA TAGUBILIN:

a) Sa isang blender o food processor, katas ng isang mangga hanggang makinis. Itabi.

b) Sa isang mixing bowl, pagsamahin ang diced mangoes sa granulated sugar. Ihagis upang mabalot ng asukal ang mangga at hayaan silang umupo ng ilang minuto upang mailabas ang kanilang katas.

c) Sa isang hiwalay na mangkok, haluin ang plain yogurt at vanilla extract hanggang makinis.

d) Dahan-dahang tiklupin ang whipped cream sa pinaghalong yogurt hanggang sa maayos na pinagsama.

e) Idagdag ang pureed mango sa yogurt at cream mixture. Dahan-dahang paikutin ito upang lumikha ng marbled effect.

f) Hatiin ang pinaghalong mangga at yogurt sa paghahatid ng mga baso o mangkok.

g) Itaas ang may asukal na diced na mangga, ipamahagi ang mga ito nang pantay-pantay sa mga servings.

h) Palamutihan ng sariwang dahon ng mint, kung ninanais.

i) Palamigin ang mango at yogurt fool nang hindi bababa sa 1 oras upang hayaang maghalo ang lasa at lumamig ang dessert.

j) Ihain ang mangga at yogurt na pinalamig.

89. Matcha, Yuzu, at Mango Popsicles

MGA INGREDIENTS:
- 2 kutsarita ng matcha tea
- 1½ tasa ng frozen na mangga
- 5 maliit na dahon ng mint
- 1 maliit na batya ng plain Greek yogurt
- ½ tasa ng unsweetened almond milk
- 1 kutsarang pulot

MGA TAGUBILIN:
a) Una, ilabas ang iyong popsicle molds at handa nang gamitin!
b) Ilagay ang lahat ng mga sangkap sa isang blender at timpla hanggang makinis. Maaaring tumagal ito ng ilang minuto depende sa iyong blender.
c) Ibuhos ang timpla sa popsicle molds at i-freeze ito magdamag.
d) Sa susunod na araw, patakbuhin ang mga popsicle sa ilalim ng mainit na tubig sa loob ng ilang segundo upang madaling alisin ang popsicle mula sa amag.
e) Kumain at magsaya!

90. No-Bake Passionfruit Cheesecake

MGA INGREDIENTS:
PARA SA BISCUIT BASE
- 200 g Gingernut biskwit aka gingersnaps
- 100 g Mantikilya

PARA SA CHEESECAKE FILLING
- 400 g Full-fat Philadelphia cream cheese
- 100 g Caster sugar
- 2 Gelatin dahon Platinum grade, gumamit ng 3 para sa isang firmer set
- 200 ML Double cream
- 100 g Greek yogurt
- 15 ml katas ng kalamansi
- 2 kutsarita ng vanilla bean paste
- 100 ML Passionfruit katas

PARA SA PASSIONFRUIT JELLY TOPPING
- 100 ML Passionfruit katas
- 100 ML sapal ng Passionfruit
- 75 g Caster sugar
- 2 dahon ng gelatin

MGA TAGUBILIN:
BISKUIT BASE
a) Iproseso ang mga luya na biskwit sa isang food processor hanggang sa maging katulad sila ng mga pinong breadcrumb.
b) Matunaw ang mantikilya at ihalo sa mga mumo ng biskwit.
c) Kutsara ang halo na ito sa base ng baking tin at pindutin pababa sa antas.

CHEESECAKE FILLING
a) Maglagay ng 2 dahon ng gelatin sa isang mangkok na puno ng malamig na tubig. Mag-iwan ng 5-19 minuto hanggang malambot.
b) Talunin ang cream cheese at asukal hanggang sa makinis.
c) Idagdag ang Greek yogurt at vanilla bean paste at ihalo.
d) Susunod, painitin ang passionfruit puree at katas ng kalamansi nang magkasama sa isang kawali hanggang mainit.
e) Alisan ng tubig ang mga sheet ng gelatin mula sa tubig, idagdag sa kawali, at ihalo hanggang sa matunaw.
f) Talunin ang mga katas ng prutas sa cheesecake batter - mabilis na mabilis kapag nabuhos na ang likido upang maiwasan itong magsimulang tumulo.

g) Idagdag ang cream at talunin hanggang sapat ang kapal para tumayo ang isang kutsara.

h) Sandok sa base ng biskwit at ipantay gamit ang isang mapurol na kutsilyo. Palamigin ng 3 oras.

PASSIONFRUIT JELLY TOPPING

a) Ilagay ang natitirang 2 dahon ng gelatin sa malamig na tubig at hayaang lumambot.

b) Ilagay ang passionfruit puree at sariwang passionfruit pulp sa isang maliit na kawali kasama ang asukal at init sa humigit-kumulang 60C/120F hanggang sa matunaw ang asukal.

c) Alisan ng tubig ang gulaman, idagdag sa kawali, at pukawin upang matunaw.

d) Hayaang lumamig sa humigit-kumulang 40C/80F pagkatapos ay ibuhos sa ibabaw ng cheesecake.

e) Ibalik ang cheesecake sa refrigerator para sa karagdagang 3 oras.

91. Alaska seafood tarts

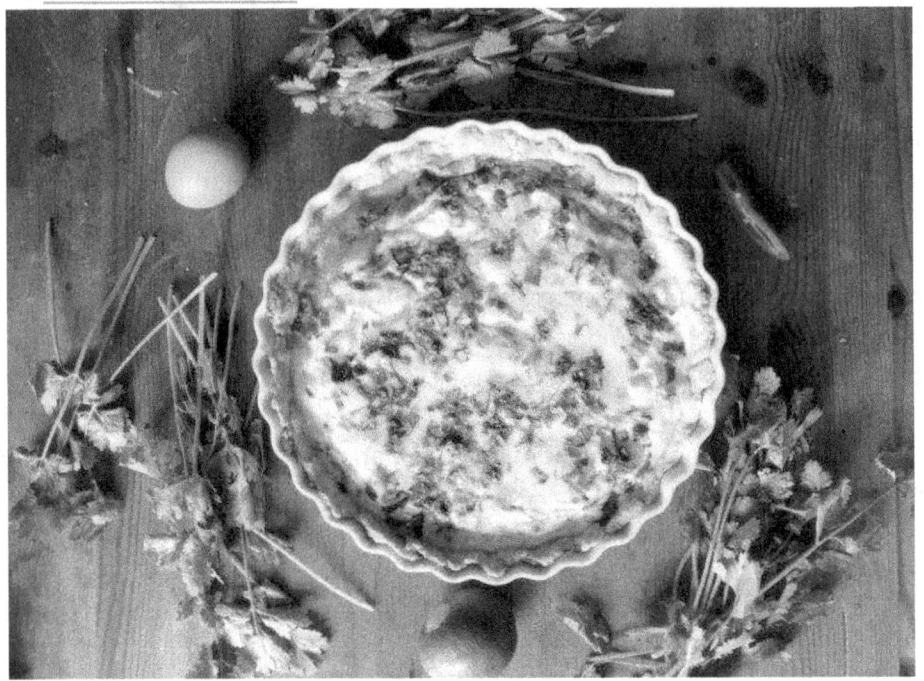

MGA INGREDIENTS:
- 418 gramo ng Canned Alaska salmon
- 350 gramo ng Packet filo pastry
- 3 kutsarang Walnut oil
- 15 gramo ng margarin
- 25 gramo ng Plain na harina
- 2 kutsarang Greek yogurt
- 175 gramo ng Seafood sticks; tinadtad
- 25 gramo ng mga walnuts, tinadtad
- 100 gramo ng Grated Parmesan

MGA TAGUBILIN:

a) I-brush ang bawat sheet ng filo pastry na may mantika at tiklupin sa labing-anim na 12.5cm / 5inch na parisukat. Maglagay ng isang parisukat sa bawat pie dish na iniiwan ang mga matulis na sulok na nakausli sa gilid.

b) Brush na may mantika pagkatapos ay ilagay ang isang pangalawang parisukat ng pastry papunta sa una, ngunit ang mga sulok na nakaturo sa pagitan ng mga orihinal upang lumikha ng isang waterlily effect.

c) Bawasan ang temperatura ng oven sa 150 C, 300 F, Gas mark 2. Matunaw ang margarine at ihalo ang harina. Haluin ang stock ng isda, matalo ng mabuti upang maalis ang mga bukol.

d) Haluin ang yogurt, seafood sticks, walnuts, at flaked salmon sa sarsa at hatiin nang pantay sa pagitan ng 8 pastry case.

e) Iwiwisik ang mga breadcrumb sa ibabaw pagkatapos ay ibalik sa oven upang magpainit sa loob ng 5-8 minuto

92. Amaretti biskwit Ice Cream

Mga 6 servings

MGA INGREDIENTS:
- 500g karton ng handa na custard, pinalamig
- 250g/9 oz plain Greek yogurt, pinalamig
- 115g/4 oz amaretti biskwit

MGA TAGUBILIN:
a) Ilagay ang custard at yogurt sa isang malaking pitsel at, gamit ang whisk, haluing mabuti.

b) Durugin ang mga amaretti biscuit sa mga pinong mumo (gumamit ng processor o blender o ilagay lamang ang mga ito sa isang plastic food bag at dahan-dahang durugin gamit ang rolling pin).

c) Pukawin ang mga mumo ng biskwit sa pinaghalong custard-and-yogurt.

d) Ilagay ang timpla sa ice cream machine at i-freeze ayon sa mga tagubilin.

e) Ilipat sa isang angkop na lalagyan at i-freeze hanggang kinakailangan.

93.Greek Affogato

MGA INGREDIENTS:
- 1 scoop ng Greek yogurt gelato o frozen yogurt
- 1 shot ng ouzo (anise-flavored liqueur)
- 1 shot ng espresso
- honey

MGA TAGUBILIN:
a) Maglagay ng isang scoop ng Greek yogurt gelato o frozen yogurt sa isang serving glass.
b) Ibuhos ang isang shot ng ouzo sa ibabaw ng gelato.
c) Magdagdag ng isang shot ng mainit na espresso.
d) Magpahid ng pulot.
e) Ihain kaagad at tamasahin ang Greek-inspired na kumbinasyon ng yogurt, anise, at espresso.

94.Golden Fig Ice na may Rum

MGA INGREDIENTS:
- 150g handa nang kainin na pinatuyong igos
- 250g karton na mascarpone cheese
- 200g karton ng Greek yogurt
- 2 kutsarang light muscovado sugar
- 2 kutsarang dark rum

MGA TAGUBILIN:

a) Ilagay ang mga igos sa isang food processor o blender. Idagdag ang mascarpone cheese, yogurt, asukal, at rum. Haluin hanggang makinis, kuskusin ang mga gilid kung kinakailangan.

b) Takpan at palamigin ng mga 30 minuto hanggang sa lumamig.

c) Ilagay ang timpla sa ice cream machine at i-freeze ayon sa mga tagubilin.

d) Ilipat sa isang angkop na lalagyan at i-freeze hanggang kinakailangan.

95. Orange Liqueur at Rosewater Ice Cream

MGA INGREDIENTS:
- 200g karton na Greek yogurt, pinalamig
- 284ml karton ng double cream, pinalamig
- 85g/3 oz caster sugar
- 4 na kutsarang orange na liqueur
- 1 kutsarang orange flower water
- 1 kutsarang rosas na tubig
- 1 maliit na kalamansi

MGA TAGUBILIN:
a) Ilagay ang yogurt at cream sa isang malaking pitsel.
b) Sa pamamagitan ng whisk, ihalo ang asukal, liqueur, orange flower water, at rose water.
c) Hatiin ang kalamansi at pisilin ang katas nito. Haluin sa pitsel.
d) Takpan at palamigin ng 20–30 minuto o hanggang sa lumamig na mabuti.
e) Ilagay ang timpla sa ice cream machine at i-freeze ayon sa mga tagubilin.
f) Ilipat sa isang angkop na lalagyan at i-freeze hanggang kinakailangan.

96. Greek Yogurt Panna Cotta na may Date Purée

MGA INGREDIENTS:
PARA SA PANNA COTTA:
- 1 tasang mabigat na cream
- 1/3 tasa ng asukal
- 1/8 tsp asin
- 1 tsp vanilla extract
- 1 sobre ng walang lasa na gulaman
- 2 tasang Greek yogurt

PARA SA DATE PURÉE:
- 2 tasa ng petsa (pitting at ibabad sa tubig pagkatapos ay gumawa ng isang i-paste sa blender)
- para matikman ang asukal
- 1 kutsarita ng gawgaw

MGA TAGUBILIN:

a) Sa isang maliit na mangkok paghaluin ang 1 sobre ng gelatin na may 3 kutsarang tubig at itabi ng 5 minuto.

b) Sa isang sauce pan paghaluin ang mabigat na cream, asukal, asin, at vanilla extract. Lutuin ito ng mga 5 minuto (patuloy na hinahalo) sa katamtamang init hanggang sa ganap na matunaw ang asukal. Hindi mo na kailangang pakuluan ngunit initin ito nang sapat upang maihalo ang lahat ng sangkap.

c) I-off ang kalan at idagdag ang dissolved gelatin sa pinaghalong, whisking ito hanggang mahusay na pinagsama.

d) Magdagdag ng 2 tasa ng Greek yogurt at pukawin ito nang mabuti hanggang sa magkaroon ka ng makinis na pagkakapare-pareho.

e) Hatiin ang halo na ito sa 4 na baso at palamigin ng ilang oras.

DATE PURÉE:

f) Sa isang kasirola halo, petsa at purée asukal, Dalhin ito sa isang pigsa at magluto para sa tungkol sa 3-4 minuto.

g) Paghaluin ang cornstarch na may 3 kutsarang tubig at idagdag ito sa sarsa. Haluing mabuti ng isang minuto pagkatapos ay patayin ang apoy. Hayaang lumamig ang sarsa pagkatapos ay sandok ito sa ibabaw ng pinalamig na Panna Cotta.

h) Takpan ng plastic wrap at palamigin ng isa pang ilang oras.

i) Bago ihain ang dessert, itaas ito ng tinadtad na petsa at dahon ng mint.

97. Açaí Popsicles

MGA INGREDIENTS:
- 3½-4 na tasa ng sariwang pinaghalong berry na strawberry, raspberry, blueberry, at blackberry
- ¾ tasa plain o vanilla Greek yogurt
- ½ tasang gatas
- ¼ tasa ng asukal sa tubo o kapalit ng asukal
- 2 kutsarang Açaí powder o 1 packet frozen Açaí

MGA TAGUBILIN:

a) Maghanda ng prutas sa pamamagitan ng paghuhugas. Gupitin ang mga tangkay mula sa mga strawberry.

b) Sa isang high-speed blender, magdagdag ng berries, yogurt, gatas, asukal, at Açaí powder. Haluin hanggang makinis at ang mga buto ay masira ng mga 2 minuto.

c) Ibuhos sa popsicle molds. Idikit ang mga popsicle stick sa gitna ng bawat isa sa mga molde.

d) I-freeze hanggang sa ganap na nagyelo.

e) Alisin ang mga popsicle mula sa amag at ihain.

f) Iimbak sa freezer sa lalagyan ng airtight o Ziploc nang hanggang 3 buwan.

98. Malutong na yogurt candy pops

MGA INGREDIENTS:
- 1 tasa magandang makapal na pulot
- 3 tasang makapal na Greek yogurt
- 1 tasang mabigat na cream, bahagyang hinagupit
- 1 kutsarita purong vanilla extract
- nagwiwisik ng kendi

MGA TAGUBILIN:

a) Painitin nang bahagya ang pulot para lang lumambot. Paghaluin ang yogurt, whipped cream, at vanilla, at ibuhos sa isang mababaw na lalagyan upang mag-freeze, haluin gamit ang isang tinidor isa o dalawang beses. I-freeze sa loob ng 1 oras, i-break gamit ang isang tinidor, at i-freeze para sa isa pang oras hanggang sa matigas ngunit masusuka.

b) Lagyan ng nonstick paper ang isang sheet pan. Ilagay ang hugis-hayop o iba pang mga cookie cutter sa kawali at punuin ito ng ice cream, siguraduhing i-level ang mga tuktok.

c) Mabilis na ibalik ito sa freezer sa loob ng 1 hanggang 2 oras hanggang sa talagang matibay.

d) Kapag handa nang ihain, maingat na itulak ang ice cream mula sa mga hulma papunta sa isang malamig na plato. Maglaan ng 1 o 2 minuto para magsimulang lumambot ang ibabaw.

e) Pagkatapos, gamit ang isa o dalawang kahoy na skewer, isawsaw ang mga ito sa isa o dalawang gilid sa isang mangkok ng sprinkles. Ibalik kaagad ang mga ito sa freezer, dahil magsisimula silang matunaw nang napakabilis.

f) Upang ihain, maglagay ng popsicle stick sa bawat isa.

99.Mga Popsicle ng Raspberry Yogurt

MGA INGREDIENTS:
- 1 tasa ng sariwang raspberry
- ½ tasa ng vanilla Greek yogurt
- ¼ tasa ng pulot
- ¼ tasa ng almond milk

MGA TAGUBILIN:

a) Sa isang blender, pagsamahin ang mga raspberry, Greek yogurt, honey, at almond milk. Haluin hanggang makinis.

b) Ibuhos ang timpla sa popsicle molds, mag-iwan ng kaunting silid sa itaas para sa pagpapalawak.

c) Ipasok ang mga popsicle stick at i-freeze nang hindi bababa sa 4 na oras o hanggang sa ganap na nagyelo.

d) Upang alisin ang mga popsicle mula sa mga hulma, patakbuhin ang mga ito sa ilalim ng maligamgam na tubig sa loob ng ilang segundo hanggang sa madaling malabas ang mga ito.

100. Pumpkin Pie Cheesecake Bowls

MGA INGREDIENTS:
- 4 ounces cream cheese, pinalambot
- 1 tasang plain Greek yogurt, at higit pa para sa topping
- 1 tasang pumpkin puree
- ¼ tasa ng maple syrup
- 1 kutsarita vanilla extract
- 2 kutsarita ng giniling na kanela
- 1 kutsaritang giniling na luya
- ½ kutsarita ng ground nutmeg
- Pinong asin sa dagat
- 1 tasang granola
- Inihaw na buto ng kalabasa
- Tinadtad na pecans
- Mga aril ng granada
- Mga nibs ng kakaw

MGA TAGUBILIN:

a) Idagdag ang cream cheese, yogurt, pumpkin puree, maple syrup, vanilla, spices, at isang pakurot ng asin sa bowl ng food processor o blender, at iproseso hanggang makinis at mag-atas. Ilipat sa isang mangkok, takpan, at palamigin sa refrigerator nang hindi bababa sa 4 na oras.

b) Upang ihain, hatiin ang granola sa mga mangkok ng dessert. Itaas ang pinaghalong pumpkin, isang dollop ng Greek yogurt, pumpkin seeds, pecans, pomegranate aril, at cacao nibs.

c) Idagdag ang farro, 1¼ tasa ng tubig, at isang masaganang pakurot ng asin sa isang katamtamang kasirola. Pakuluan, pagkatapos ay bawasan ang apoy sa mababang, takpan, at kumulo hanggang ang farro ay malambot na may bahagyang ngumunguya, mga 30 minuto.

d) Pagsamahin ang asukal, natitirang 3 kutsarang tubig, vanilla bean at buto, at luya sa isang maliit na kasirola sa medium-high heat. Pakuluan, haluin hanggang matunaw ang asukal. Alisin mula sa init at pakuluan ng 20 minuto. Samantala, ihanda ang prutas.

e) Hiwain ang mga dulo ng suha. Ilagay sa isang patag na ibabaw ng trabaho, gupitin ang gilid pababa. Gumamit ng matalim na kutsilyo upang putulin ang balat at puting umbok, kasunod ng kurba ng prutas, mula sa itaas hanggang sa ibaba. Gupitin sa pagitan ng mga lamad upang alisin ang mga segment ng prutas. Ulitin ang parehong proseso upang alisan ng balat at i-segment ang kulay kahel na dugo.

f) Alisin at itapon ang luya at vanilla bean mula sa syrup. Upang maglingkod, hatiin ang farro sa mga mangkok. Ayusin ang prutas sa paligid ng tuktok ng mangkok, budburan ng mga aril ng granada, at pagkatapos ay lagyan ng luya-vanilla syrup.

KONGKLUSYON

Sa pag-abot namin sa dulo ng paglalakbay na puno ng yogurt na ito, umaasa kaming ang mga recipe at kaalaman na ibinahagi sa cookbook na ito ay nagbigay inspirasyon sa iyo na yakapin ang mahika ng Greek yogurt sa sarili mong kusina. Ang mga posibilidad sa Greek yogurt ay walang katapusan, at hinihikayat ka naming magpatuloy sa pag-eksperimento at pagtuklas ng mga bagong kumbinasyon ng lasa.

Kung hinahalo mo man ang Greek yogurt sa isang creamy pasta sauce, ginagamit ito bilang kapalit ng sour cream sa iyong mga paboritong recipe, o hinahalo ito sa isang nakakapreskong smoothie, tandaan na ang Greek yogurt ay nagdudulot ng parehong creaminess at isang nutritional punch sa bawat ulam.

Umaasa kami na ang " ANG GRIYEGO YOGHURT ODYSSEE" ay pumukaw sa iyong imahinasyon at nagbigay ng kapangyarihan sa iyong itanim sa iyong mga pagkain ang kabutihan ng Greek yogurt. Isa ka mang batikang lutuin o mahilig sa yogurt, nawa'y maging mapagkukunan ng inspirasyon at kasiyahan ang cookbook na ito habang sinisimulan mo ang hindi mabilang na masasarap na pakikipagsapalaran.

Kaya, tipunin ang iyong mga sangkap, yakapin ang creaminess ng Greek yogurt, at hayaan ang iyong taste buds na magsimula sa isang kasiya-siyang odyssey ng lasa. Sa bawat ulam na nilikha mo, tikman ang kagalakan ng pagtuklas ng mga bagong posibilidad sa pagluluto at pagpapalusog sa iyong katawan ng masustansyang pagkain. Maligayang pagluluto!

www.ingramcontent.com/pod-product-compliance
Lightning Source LLC
Chambersburg PA
CBHW070356120526
44590CB00014B/1155